Tiếng Hàn cơ bản dành cho người Việt Nam

베트남인을 위한

기초 한글배우기

1 기초편

Quyển 1 Cơ bản

권용선 저

베트남어로 한글배우기

Học tiếng Hàn bằng tiếng Việt

■ 세종대왕(조선 제4대 왕)
Sejong Đại đế
(vị vua thứ 4 của triều đại Joseon)

대한민국 대표한글
K - 한글
www.k-hangul.kr

유네스코 세계문화유산

Di sản văn hóa thế giới UNESCO

■ 세종대왕 탄신 627돌(2024.5.15) 숭모제전

- 분향(焚香) 및 헌작(獻爵), 독축(讀祝), 사배(四拜), 헌화(獻花), 망료례(望燎禮), 예필(禮畢), 인사말씀(국무총리)

■ 무용 : 봉래의(鳳來儀) | 국립국악원 무용단

- '용비어천가'의 가사를 무용수들이 직접 노래하고 춤을 춤으로써 비로소 시(詩), 가(歌), 무(舞)가 합일하는 악(樂)을 완성하는 장면

■ 영릉(세종·소헌왕후)
조선 제4대 세종대왕과 소헌왕후 심씨를 모신 합장릉이다.
세종대왕은 한글을 창제하고 혼천의를 비롯한 여러 과학기기를 발명하는 등 재위기간 중 뛰어난 업적을 이룩하였다.

■ 소재지(Location): 대한민국 경기도 여주시 세종대왕면 영릉로 269-10

■ 대표 업적
- 한글 창제: 1443년(세종 25년)~1446년 9월 반포
- 학문 창달
- 과학의 진흥
- 외치와 국방
- 음악의 정리
- 속육전 등의 법전 편찬 및 정리
- 각종 화학 무기 개발

※Di sản văn hóa thế giới UNESCO※
■ Lăng mộ Yeongneung (vua Sejong và hoàng hậu Sohyeon)
Lăng mộ chung của vua Sejong (vua thứ 4 thời Joseon) và hoàng hậu Sohyeon họ Shim. Trong thời gian trị vì, vua Sejong đã để lại nhiều thành tựu vĩ đại với các phát minh khoa học như tạo ra chữ Hàn - Hangul, hỗn thiên nghi.

■ Vị trí: 269-10 Yeongneung-ro, Sejongdaewang-myeon, Yeoju-si, Gyeonggi-do, Republic of Korea

■ Thành tựu tiêu biểu
- Sáng tạo chữ Hangul: Năm 1443 (Sejong năm thứ 25) ~ tháng 9 năm 1446 (ban bố)
- Tiến bộ trong học thuật
- Khoa học phát triển
- Ngoại giao và quốc phòng
- Chỉnh đốn âm nhạc
- Biên soạn và chỉnh lý các bộ luật như Sokyukjeon
- Phát triển vũ khí hóa học

머리말 Lời nói đầu

Let's learn Hangul!

Hangul (chữ cái tiếng Hàn) gồm 14 phụ âm, 10 nguyên âm cùng các phụ âm đôi, nguyên âm đôi ghép thành các chữ cái và tạo thành âm thanh. Tổng bộ chữ kết hợp của Hangul gồm khoảng 11.170 chữ, trong đó chỉ đang chủ yếu sử dụng khoảng 30%.
Nội dung giáo trình này được xây dựng dựa trên các từ vựng thường xuyên được sử dụng trong đời sống, song song với việc tập trung vào các mục tiêu sau.

■ Học tiếng Hàn cơ bản dựa trên nền tảng phụ âm và nguyên âm.
■ Hướng dẫn thứ tự viết chữ Hàn để đảm bảo nền tảng học tiếng Hàn đúng cách.
■ Tập trung vào kỹ năng viết, thông qua hình thức tập viết nhiều lần để tiếp thu tiếng Hàn một cách tự nhiên nhất.
■ Cung cấp đồng thời giáo trình và tài liệu học tập trên website (www.K-hangul.kr).
■ Xây dựng nội dung tập trung vào các từ hay từ vựng thường xuyên sử dụng trong cuộc sống thường ngày ở Hàn Quốc.
■ Giảm thiểu các nội dung không được sử dụng nhiều, chỉ tập trung vào những nội dung tối cần thiết.

Học ngôn ngữ cũng chính là học văn hóa và mang đến cơ hội mở rộng tư duy của bản thân. Đây là quyển giáo trình cơ bản khi bắt đầu học tiếng Hàn. Vì thế, nếu nắm vững các nội dung trong giáo trình, bạn sẽ hiểu biết rộng hơn không chỉ về tiếng Hàn, mà còn cả về văn hóa và tinh thần của Hàn Quốc.

k-hangul Publisher: Kwon, Yong-sun

한글은 자음 14자, 모음 10자 그 외에 겹자음과 겹모음의 조합으로 글자가 이루어지며 소리를 갖게 됩니다. 한글 조합자는 약 11,170자로 이루어져 있는데, 그중 30% 정도가 주로 사용되고 있습니다. 이 책은 실생활에서 자주 사용하는 우리말을 토대로 내용을 구성하였고, 다음 사항을 중심으로 개발되었습니다.

■ 한글의 자음과 모음을 기초로 배우는 기본학습내용으로 이루어져 있습니다.
■ 한글의 필순을 제시하여 올바른 한글 사용의 기초를 튼튼히 다지도록 했습니다.
■ 반복적인 쓰기 학습을 통해 자연스레 한글을 습득할 수 있도록 '쓰기'에 많은 지면을 할애하였습니다.
■ 홈페이지(www.k-hangul.kr)에 교재와 병행 학습할 수 있는 자료를 제공하고 있습니다.
■ 한국의 일상생활에서 자주 사용되는 글자나 낱말을 중심으로 내용을 구성하였습니다.
■ 사용빈도가 높지 않은 한글에 대한 내용은 줄이고 꼭 필요한 내용만 수록하였습니다.

언어를 배우는 것은 문화를 배우는 것이며, 사고의 폭을 넓히는 계기가 됩니다. 이 책은 한글 학습에 기본이 되는 교재이므로 내용을 꼼꼼하게 터득하면 한글은 물론 한국의 문화와 정신까지 폭넓게 이해하게 될 것입니다.

※참고 : 본 교재는 ❶기초편으로, ❷문장편 ❸대화편 ❹생활 편으로 구성되어 출간 판매 중에 있습니다.
Thamkhảo : Bộ giáo trình này gồm các phần ❶ Cơ bản, ❷ Câu văn, ❸ Hội thoại, ❹ Sinh hoạt đời sống và đều đang được bán trên thị trường.

※판매처 : 교보문고, 알라딘, yes24, 네이버, 쿠팡 등
Nơi bán: Kyobo, Aladin, Yes24, Naver, Coupang, v.v

저자 권용선

차례 Mục lục

제1장

자음

Chương 1.
Phụ âm

01 자음 [Phụ âm]

월 일

자음 읽기 [Đọc phụ âm]

ㄱ	ㄴ	ㄷ	ㄹ	ㅁ
기역(Giyeok)	니은(Nieun)	디귿(Digeut)	리을(Rieul)	미음(Mieum)
ㅂ	ㅅ	ㅇ	ㅈ	ㅊ
비읍(Bieup)	시옷(Siot)	이응(Ieung)	지읒(Jieut)	치읓(Chieut)
ㅋ	ㅌ	ㅍ	ㅎ	
키읔(Kieuk)	티읕(Tieut)	피읖(Pieup)	히읗(Hieut)	

자음 쓰기 [Viết phụ âm]

ㄱ	ㄴ	ㄷ	ㄹ	ㅁ
기역(Giyeok)	니은(Nieun)	디귿(Digeut)	리을(Rieul)	미음(Mieum)
ㅂ	ㅅ	ㅇ	ㅈ	ㅊ
비읍(Bieup)	시옷(Siot)	이응(Ieung)	지읒(Jieut)	치읓(Chieut)
ㅋ	ㅌ	ㅍ	ㅎ	
키읔(Kieuk)	티읕(Tieut)	피읖(Pieup)	히읗(Hieut)	

02 자음 [Phụ âm]

월 일

자음 익히기 [Luyện viết phụ âm]

다음 자음을 쓰는 순서에 맞게 따라 쓰세요.
(Hãy viết phụ âm sau theo đúng thứ tự nét chữ.)

자음 Phụ âm	이름 Tên	쓰는 순서 Thứ tự viết	영어 표기 Phiên âm tiếng Anh	쓰기 Viết					
ㄱ	기역	ㄱ ①	Giyeok	ㄱ					
ㄴ	니은	ㄴ ①	Nieun	ㄴ					
ㄷ	디귿	ㄷ ① ②	Digeut	ㄷ					
ㄹ	리을	ㄹ ① ② ③	Rieul	ㄹ					
ㅁ	미음	ㅁ ① ② ③	Mieum	ㅁ					
ㅂ	비읍	ㅂ ① ② ③ ④	Bieup	ㅂ					
ㅅ	시옷	ㅅ ① ②	Siot	ㅅ					
ㅇ	이응	ㅇ ①	Ieung	ㅇ					
ㅈ	지읒	ㅈ ① ②	Jieut	ㅈ					
ㅊ	치읓	ㅊ ① ② ③	Chieut	ㅊ					
ㅋ	키읔	ㅋ ① ②	Kieuk	ㅋ					
ㅌ	티읕	ㅌ ① ② ③	Tieut	ㅌ					
ㅍ	피읖	ㅍ ① ② ③ ④	Pieup	ㅍ					
ㅎ	히읗	ㅎ ① ② ③	Hieut	ㅎ					

한글 자음과 모음표 [Bảng phụ âm & nguyên âm tiếng Hàn]

월 일

※참고 : 음절표(18p~37P)에서 학습할 내용

mp3 자음 모음	ㅏ (아)	ㅑ (야)	ㅓ (어)	ㅕ (여)	ㅗ (오)	ㅛ (요)	ㅜ (우)	ㅠ (유)	ㅡ (으)	ㅣ (이)
ㄱ (기역)	가	갸	거	겨	고	교	구	규	그	기
ㄴ (니은)	나	냐	너	녀	노	뇨	누	뉴	느	니
ㄷ (디귿)	다	댜	더	뎌	도	됴	두	듀	드	디
ㄹ (리을)	라	랴	러	려	로	료	루	류	르	리
ㅁ (미음)	마	먀	머	며	모	묘	무	뮤	므	미
ㅂ (비읍)	바	뱌	버	벼	보	뵤	부	뷰	브	비
ㅅ (시옷)	사	샤	서	셔	소	쇼	수	슈	스	시
ㅇ (이응)	아	야	어	여	오	요	우	유	으	이
ㅈ (지읒)	자	쟈	저	져	조	죠	주	쥬	즈	지
ㅊ (치읓)	차	챠	처	쳐	초	쵸	추	츄	츠	치
ㅋ (키읔)	카	캬	커	켜	코	쿄	쿠	큐	크	키
ㅌ (티읕)	타	탸	터	텨	토	툐	투	튜	트	티
ㅍ (피읖)	파	퍄	퍼	펴	포	표	푸	퓨	프	피
ㅎ (히읗)	하	햐	허	혀	호	효	후	휴	흐	히

제2장

모음

Chương 2.
Nguyên âm

모음 [Nguyên âm]

월 일

모음 읽기 [Đọc nguyên âm]

ㅏ	ㅑ	ㅓ	ㅕ	ㅗ
아(A)	야(Ya)	어(Eo)	여(Yeo)	오(O)
ㅛ	ㅜ	ㅠ	ㅡ	ㅣ
요(Yo)	우(U)	유(Yu)	으(Eu)	이(I)

모음 쓰기 [Viết nguyên âm]

ㅏ ①②	ㅑ ①②③	ㅓ ①②	ㅕ ①②③	ㅗ ①②
아(A)	야(Ya)	어(Eo)	여(Yeo)	오(O)
ㅛ ①②③	ㅜ ①②	ㅠ ①②③	ㅡ ①	ㅣ ①
요(Yo)	우(U)	유(Yu)	으(Eu)	이(I)

모음 [Nguyên âm]

월 일

모음 익히기 [Luyện viết nguyên âm]

다음 모음을 쓰는 순서에 맞게 따라 쓰세요.
(Hãy viết nguyên âm sau theo đúng thứ tự nét chữ.)

모음 Nguyên âm	이름 Tên	쓰는 순서 Thứ tự viết	영어 표기 Phiên âm tiếng Anh	쓰기 Viết					
ㅏ	아	① ②	A	ㅏ					
ㅑ	야	① ② ③	Ya	ㅑ					
ㅓ	어	① ②	Eo	ㅓ					
ㅕ	여	① ② ③	Yeo	ㅕ					
ㅗ	오	① ②	O	ㅗ					
ㅛ	요	① ② ③	Yo	ㅛ					
ㅜ	우	① ②	U	ㅜ					
ㅠ	유	① ② ③	Yu	ㅠ					
ㅡ	으	①	Eu	ㅡ					
ㅣ	이	①	I	ㅣ					

유네스코 세계기록유산
UNESCO Memory of the World

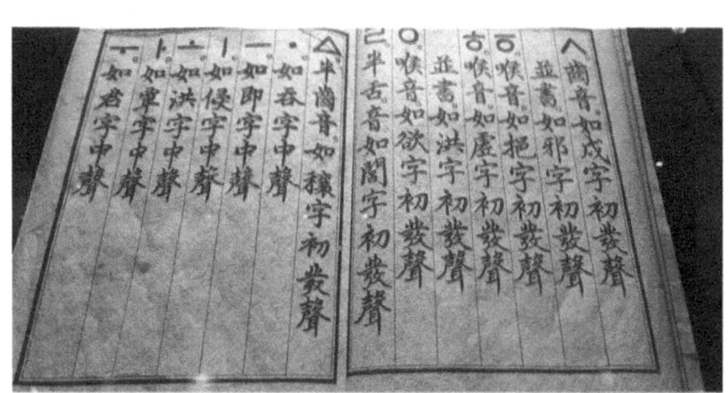
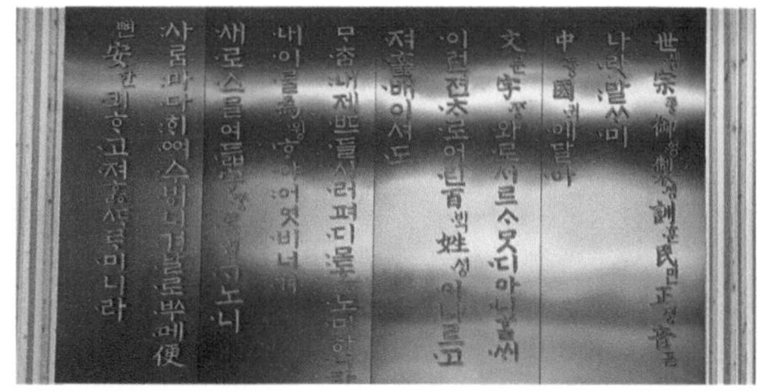

- 훈민정음(訓民正音) : 새로 창제된 훈민정음을 1446년(세종 28) 정인지 등 집현전 학사들이 저술한 한문해설서이다. 해례가 붙어 있어서〈훈민정음 해례본 訓民正音 解例本〉이라고도 하며 예의(例義), 해례(解例), 정인지 서문으로 구성되어 있다. 특히 서문에는 **훈민정음을 만든 이유**, 편찬자, 편년월일, 우수성을 기록하고 있다. 1997년 유네스코 세계기록유산으로 등록되었다.

■ 훈민정음(訓民正音)을 만든 이유

- 훈민정음은 백성을 가르치는 바른 소리 -

훈민정음 서문에 나오는 '나랏말씀이 중국과 달라 한자와 서로 통하지 않는다.' 는 말은 풍속과 기질이 달라 성음(聲音)이 서로 같지 않게 된다는 것이다.

"이런 이유로 어리석은 백성이 말하고 싶은 것이 있어도 마침내 제 뜻을 표현하지 못하는 사람이 많다. 이를 불쌍히 여겨 새로 28자를 만들었으니 사람마다 쉽게 익혀 씀에 편하게 할 뿐이다."

지혜로운 사람은 아침나절이 되기 전에 이해하고 어리석은 사람도 열흘이면 배울 수 있는 훈민정음은 바람소리, 학의 울음이나 닭 울음소리, 개 짖는 소리까지 모두 표현해 쓸 수 있어 지구상의 모든 문자 가운데 가장 창의적이고 과학적이라는 찬사를 받는 문자이다.

-세종 28년-

■ 세종대왕 약력

- 조선 제4대 왕
- 이름: 이도
- 출생지: 서울(한양)
- 생년월일: 1397년 5월 15일~1450년 2월 17일
- 재위 기간: 1418년 8월~1450년 2월(31년 6개월)

■ Lý do vua Sejong tạo nên Huấn dân chính âm (Hunminjeongeum)

- Huấn dân chính âm là "âm thanh, âm tiết đúng dùng để dạy cho bách tính" -

Trong lời nói đầu của Huấn dân chính âm có câu "Ngôn ngữ của nước ta khác với Trung Quốc và cũng không giống với chữ Hán". Điều này có nghĩa là phong tục và tính cách khác nhau thì thanh âm cũng khác nhau.

"Vì lý do này, nhiều bách tính ít học dù có điều muốn nói cũng không thể diễn đạt được ý muốn của bản thân. Xét hoàn cảnh này quá đáng thương nên ta làm ra 28 chữ cái mới để ai ai cũng dễ dàng học và sử dụng."

Huấn dân chính âm là bộ chữ mà người thông minh có thể thông thạo trước khi bình minh lên và người còn ngu muội có thể học trong 10 ngày. Đây là bộ chữ cái có thể dùng để diễn tả tất cả âm thanh từ tiếng gió, tiếng chim hạc, đến tiếng gà gáy, chó sủa; được tán dương có tính khoa học và sáng tạo nhất trong số các chữ cái trên thế giới.

- Vua Sejong năm thứ 28 -

■ Tiểu sử vua Sejong Đại đế

- Vị vua thứ 4 của thời Joseon
- Tên húy: Yi Do
- Nơi sinh: Seoul (Hanyang - Hán Thành)
- Năm sinh năm mất: 15.05.1397 ~ 17.02.1450
- Thời gian trị vì: Tháng 8 năm 1418 ~ tháng 2 năm 1450 (31 năm 6 tháng)

제3장

겹자음과 겹모음

Chương 3.
Phụ âm đôi &
Nguyên âm đôi

겹자음 [Phụ âm đôi]

월 일

겹자음 읽기 [Đọc phụ âm đôi]

ㄲ	ㄸ	ㅃ	ㅆ	ㅉ
쌍기역 (Ssanggiyeok)	쌍디귿 (Ssangdigeut)	쌍비읍 (Ssangbieup)	쌍시옷 (Ssangsiot)	쌍지읒 (Ssangjieut)

겹자음 쓰기 [Viết phụ âm đôi]

ㄲ	ㄸ	ㅃ	ㅆ	ㅉ
쌍기역 (Ssanggiyeok)	쌍디귿 (Ssangdigeut)	쌍비읍 (Ssangbieup)	쌍시옷 (Ssangsiot)	쌍지읒 (Ssangjieut)

겹자음 익히기 [Luyện viết phụ âm đôi]

다음 겹자음을 쓰는 순서에 맞게 따라 쓰세요.
(Hãy viết phụ âm đôi sau theo đúng thứ tự nét chữ.)

겹자음 Phụ âm đôi	이름 Tên	쓰는 순서 Thứ tự viết	영어 표기 Phiên âm tiếng Anh	쓰기 Viết					
ㄲ	쌍기역	ㄲ	Ssanggiyeok	ㄲ					
ㄸ	쌍디귿	ㄸ	Ssangdigeut	ㄸ					
ㅃ	쌍비읍	ㅃ	Ssangbieup	ㅃ					
ㅆ	쌍시옷	ㅆ	Ssangsiot	ㅆ					
ㅉ	쌍지읒	ㅉ	Ssangjieut	ㅉ					

겹모음 [Nguyên âm đôi]

월 일

겹모음 읽기 [Đọc nguyên âm đôi]

ㅐ	ㅔ	ㅒ	ㅖ	ㅘ
애(Ae)	에(E)	얘(Yae)	예(Ye)	와(Wa)
ㅙ	ㅚ	ㅝ	ㅞ	ㅟ
왜(Wae)	외(Oe)	워(Wo)	웨(We)	위(Wi)
ㅢ				
의(Ui)				

겹모음 쓰기 [Viết nguyên âm đôi]

ㅐ	ㅔ	ㅒ	ㅖ	ㅘ
애(Ae)	에(E)	얘(Yae)	예(Ye)	와(Wa)
ㅙ	ㅚ	ㅝ	ㅞ	ㅟ
왜(Wae)	외(Oe)	워(Wo)	웨(We)	위(Wi)
ㅢ				
의(Ui)				

겹모음 [Nguyên âm đôi]

월 일

겹모음 익히기 [Luyện viết nguyên âm đôi]

다음 겹모음을 쓰는 순서에 맞게 따라 쓰세요.
(Hãy viết nguyên âm đôi sau theo đúng thứ tự nét chữ.)

겹모음 Nguyên âm đôi	이름 Tên	쓰는 순서 Thứ tự viết	영어 표기 Phiên âm tiếng Anh	쓰기 Viết						
ㅐ	애	①↓ ②→ ③↓	Ae	ㅐ						
ㅔ	에	①→ ②↓ ③↓	E	ㅔ						
ㅒ	얘	①↓ ②→ ③→ ④↓	Yae	ㅒ						
ㅖ	예	①→ ②→ ③↓ ④↓	Ye	ㅖ						
ㅘ	와	①↓ ②→ ③↓ ④→	Wa	ㅘ						
ㅙ	왜	①↓ ②→ ③↓ ④→ ⑤↓	Wae	ㅙ						
ㅚ	외	①↓ ②→ ③↓	Oe	ㅚ						
ㅝ	워	①→ ②↓ ③→ ④↓	Wo	ㅝ						
ㅞ	웨	①→ ②↓ ③→ ④↓ ⑤↓	We	ㅞ						
ㅟ	위	①→ ②↓ ③↓	Wi	ㅟ						
ㅢ	의	①→ ②↓	Ui	ㅢ						

제4장

음절표

Chương 4.
Bảng âm tiết

자음+모음(ㅏ) [Phụ âm + nguyên âm (ㅏ)]

월 일

자음+모음(ㅏ) 읽기 [Đọc phụ âm + nguyên âm (ㅏ)]

가	나	다	라	마
Ga	Na	Da	Ra	Ma
바	사	아	자	차
Ba	Sa	A	Ja	Cha
카	타	파	하	
Ka	Ta	Pa	Ha	

자음+모음(ㅏ) 쓰기 [Viết phụ âm + nguyên âm (ㅏ)]

가	나	다	라	마
Ga	Na	Da	Ra	Ma
바	사	아	자	차
Ba	Sa	A	Ja	Cha
카	타	파	하	
Ka	Ta	Pa	Ha	

자음+모음(ㅏ) [Phụ âm + nguyên âm (ㅏ)]

월 일

자음+모음(ㅏ) 익히기 [Luyện viết phụ âm + nguyên âm (ㅏ)]

다음 자음+모음(ㅏ)을 쓰는 순서에 맞게 따라 쓰세요.
(Hãy viết phụ âm + nguyên âm (ㅏ) sau theo đúng thứ tự nét chữ.)

자음+모음(ㅏ)	이름	쓰는 순서	영어 표기	쓰기					
ㄱ+ㅏ	가	가	Ga	가					
ㄴ+ㅏ	나	나	Na	나					
ㄷ+ㅏ	다	다	Da	다					
ㄹ+ㅏ	라	라	Ra	라					
ㅁ+ㅏ	마	마	Ma	마					
ㅂ+ㅏ	바	바	Ba	바					
ㅅ+ㅏ	사	사	Sa	사					
ㅇ+ㅏ	아	아	A	아					
ㅈ+ㅏ	자	자	Ja	자					
ㅊ+ㅏ	차	차	Cha	차					
ㅋ+ㅏ	카	카	Ka	카					
ㅌ+ㅏ	타	타	Ta	타					
ㅍ+ㅏ	파	파	Pa	파					
ㅎ+ㅏ	하	하	Ha	하					

자음+모음(ㅓ) [Phụ âm + nguyên âm (ㅓ)]

월 일

자음+모음(ㅓ) 읽기 [Đọc phụ âm + nguyên âm (ㅓ)]

거	너	더	러	머
Geo	Neo	Deo	Reo	Meo
버	서	어	저	처
Beo	Seo	Eo	Jeo	Cheo
커	터	퍼	허	
Keo	Teo	Peo	Heo	

자음+모음(ㅓ) 쓰기 [Viết phụ âm + nguyên âm (ㅓ)]

거	너	더	러	머
Geo	Neo	Deo	Reo	Meo
버	서	어	저	처
Beo	Seo	Eo	Jeo	Cheo
커	터	퍼	허	
Keo	Teo	Peo	Heo	

자음+모음(ㅓ) [Phụ âm + nguyên âm (ㅓ)]

월 일

자음+모음(ㅓ) 익히기 [Luyện viết phụ âm + nguyên âm (ㅓ)]

다음 자음+모음(ㅓ)을 쓰는 순서에 맞게 따라 쓰세요.
(Hãy viết phụ âm + nguyên âm (ㅓ) sau theo đúng thứ tự nét chữ.)

자음+모음(ㅓ)	이름	쓰는 순서	영어 표기	쓰기					
ㄱ+ㅓ	거	거	Geo	거					
ㄴ+ㅓ	너	너	Neo	너					
ㄷ+ㅓ	더	더	Deo	더					
ㄹ+ㅓ	러	러	Reo	러					
ㅁ+ㅓ	머	머	Meo	머					
ㅂ+ㅓ	버	버	Beo	버					
ㅅ+ㅓ	서	서	Seo	서					
ㅇ+ㅓ	어	어	Eo	어					
ㅈ+ㅓ	저	저	Jeo	저					
ㅊ+ㅓ	처	처	Cheo	처					
ㅋ+ㅓ	커	커	Keo	커					
ㅌ+ㅓ	터	터	Teo	터					
ㅍ+ㅓ	퍼	퍼	Peo	퍼					
ㅎ+ㅓ	허	허	Heo	허					

자음+모음(ㅗ) [Phụ âm + nguyên âm (ㅗ)]

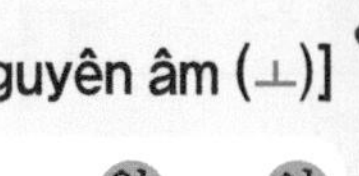

자음+모음(ㅗ) 읽기 [Đọc phụ âm + nguyên âm (ㅗ)]

고	노	도	로	모
Go	No	Do	Ro	Mo
보	소	오	조	초
Bo	So	O	Jo	Cho
코	토	포	호	
Ko	To	Po	Ho	

자음+모음(ㅗ) 쓰기 [Viết phụ âm + nguyên âm (ㅗ)]

고	노	도	로	모
Go	No	Do	Ro	Mo
보	소	오	조	초
Bo	So	O	Jo	Cho
코	토	포	호	
Ko	To	Po	Ho	

자음+모음(ㅗ) [Phụ âm + nguyên âm (ㅗ)]

월 일

자음+모음(ㅗ) 익히기 [Luyện viết phụ âm + nguyên âm (ㅗ)]

다음 자음+모음(ㅗ)을 쓰는 순서에 맞게 따라 쓰세요.
(Hãy viết phụ âm + nguyên âm (ㅗ) sau theo đúng thứ tự nét chữ.)

자음+모음(ㅗ)	이름	쓰는 순서	영어 표기	쓰기					
ㄱ+ㅗ	고	고	Go	고					
ㄴ+ㅗ	노	노	No	노					
ㄷ+ㅗ	도	도	Do	도					
ㄹ+ㅗ	로	로	Ro	로					
ㅁ+ㅗ	모	모	Mo	모					
ㅂ+ㅗ	보	보	Bo	보					
ㅅ+ㅗ	소	소	So	소					
ㅇ+ㅗ	오	오	O	오					
ㅈ+ㅗ	조	조	Jo	조					
ㅊ+ㅗ	초	초	Cho	초					
ㅋ+ㅗ	코	코	Ko	코					
ㅌ+ㅗ	토	토	To	토					
ㅍ+ㅗ	포	포	Po	포					
ㅎ+ㅗ	호	호	Ho	호					

자음+모음(ㅜ) [Phụ âm + nguyên âm (ㅜ)]

월 일

자음+모음(ㅜ) 읽기 [Đọc phụ âm + nguyên âm (ㅜ)]

구	누	두	루	무
Gu	Nu	Du	Ru	Mu
부	수	우	주	추
Bu	Su	U	Ju	Chu
쿠	투	푸	후	
Ku	Tu	Pu	Hu	

자음+모음(ㅜ) 쓰기 [Viết phụ âm + nguyên âm (ㅜ)]

구	누	두	루	무
Gu	Nu	Du	Ru	Mu
부	수	우	주	추
Bu	Su	U	Ju	Chu
쿠	투	푸	후	
Ku	Tu	Pu	Hu	

자음+모음(ㅜ) [Phụ âm + nguyên âm (ㅜ)]

월 일

자음+모음(ㅜ) 익히기 [Luyện viết phụ âm + nguyên âm (ㅜ)]

다음 자음+모음(ㅜ)을 쓰는 순서에 맞게 따라 쓰세요.
(Hãy viết phụ âm + nguyên âm (ㅜ) sau theo đúng thứ tự nét chữ.)

자음+모음(ㅜ)	이름	쓰는 순서	영어 표기	쓰기					
ㄱ+ㅜ	구	구	Gu	구					
ㄴ+ㅜ	누	누	Nu	누					
ㄷ+ㅜ	두	두	Du	두					
ㄹ+ㅜ	루	루	Ru	루					
ㅁ+ㅜ	무	무	Mu	무					
ㅂ+ㅜ	부	부	Bu	부					
ㅅ+ㅜ	수	수	Su	수					
ㅇ+ㅜ	우	우	U	우					
ㅈ+ㅜ	주	주	Ju	주					
ㅊ+ㅜ	추	추	Chu	추					
ㅋ+ㅜ	쿠	쿠	Ku	쿠					
ㅌ+ㅜ	투	투	Tu	투					
ㅍ+ㅜ	푸	푸	Pu	푸					
ㅎ+ㅜ	후	후	Hu	후					

자음+모음(ㅡ) [Phụ âm + nguyên âm (ㅡ)]

월 일

자음+모음(ㅡ) 읽기 [Đọc phụ âm + nguyên âm (ㅡ)]

그	느	드	르	므
Geu	Neu	Deu	Reu	Meu
브	스	으	즈	츠
Beu	Seu	Eu	Jeu	Cheu
크	트	프	흐	
Keu	Teu	Peu	Heu	

자음+모음(ㅡ) 쓰기 [Viết phụ âm + nguyên âm (ㅡ)]

그	느	드	르	므
Geu	Neu	Deu	Reu	Meu
브	스	으	즈	츠
Beu	Seu	Eu	Jeu	Cheu
크	트	프	흐	
Keu	Teu	Peu	Heu	

자음+모음(ㅡ) [Phụ âm + nguyên âm (ㅡ)]

월 일

자음+모음(ㅡ) 익히기 [Luyện viết phụ âm + nguyên âm (ㅡ)]

다음 자음+모음(ㅡ)을 쓰는 순서에 맞게 따라 쓰세요.
(Hãy viết phụ âm + nguyên âm (ㅡ) sau theo đúng thứ tự nét chữ.)

자음+모음(ㅡ)	이름	쓰는 순서	영어 표기	쓰기					
ㄱ+ㅡ	그	그	Geu	그					
ㄴ+ㅡ	느	느	Neu	느					
ㄷ+ㅡ	드	드	Deu	드					
ㄹ+ㅡ	르	르	Reu	르					
ㅁ+ㅡ	므	므	Meu	므					
ㅂ+ㅡ	브	브	Beu	브					
ㅅ+ㅡ	스	스	Seu	스					
ㅇ+ㅡ	으	으	Eu	으					
ㅈ+ㅡ	즈	즈	Jeu	즈					
ㅊ+ㅡ	츠	츠	Cheu	츠					
ㅋ+ㅡ	크	크	Keu	크					
ㅌ+ㅡ	트	트	Teu	트					
ㅍ+ㅡ	프	프	Peu	프					
ㅎ+ㅡ	흐	흐	Heu	흐					

자음+모음(ㅑ) [Phụ âm + nguyên âm (ㅑ)]

월 일

자음+모음(ㅑ) 읽기 [Đọc phụ âm + nguyên âm (ㅑ)]

갸	냐	댜	랴	먀
Gya	Nya	Dya	Rya	Mya
뱌	샤	야	쟈	챠
Bya	Sya	Ya	Jya	Chya
캬	탸	퍄	햐	
Kya	Tya	Pya	Hya	

자음+모음(ㅑ) 쓰기 [Viết phụ âm + nguyên âm (ㅑ)]

갸	냐	댜	랴	먀
Gya	Nya	Dya	Rya	Mya
뱌	샤	야	쟈	챠
Bya	Sya	Ya	Jya	Chya
캬	탸	퍄	햐	
Kya	Tya	Pya	Hya	

06 자음+모음(ㅑ) [Phụ âm + nguyên âm (ㅑ)]

월 일

자음+모음(ㅑ) 익히기 [Luyện viết phụ âm + nguyên âm (ㅑ)]

다음 자음+모음(ㅑ)을 쓰는 순서에 맞게 따라 쓰세요.
(Hãy viết phụ âm + nguyên âm (ㅑ) sau theo đúng thứ tự nét chữ.)

자음+모음(ㅑ)	이름	쓰는 순서	영어 표기	쓰기					
ㄱ+ㅑ	갸	갸	Gya	갸					
ㄴ+ㅑ	냐	냐	Nya	냐					
ㄷ+ㅑ	댜	댜	Dya	댜					
ㄹ+ㅑ	랴	랴	Rya	랴					
ㅁ+ㅑ	먀	먀	Mya	먀					
ㅂ+ㅑ	뱌	뱌	Bya	뱌					
ㅅ+ㅑ	샤	샤	Sya	샤					
ㅇ+ㅑ	야	야	Ya	야					
ㅈ+ㅑ	쟈	쟈	Jya	쟈					
ㅊ+ㅑ	챠	챠	Chya	챠					
ㅋ+ㅑ	캬	캬	Kya	캬					
ㅌ+ㅑ	탸	탸	Tya	탸					
ㅍ+ㅑ	퍄	퍄	Pya	퍄					
ㅎ+ㅑ	햐	햐	Hya	햐					

자음+모음(ㅕ) [Phụ âm + nguyên âm (ㅕ)]

월 일

자음+모음(ㅕ) 읽기 [Đọc phụ âm + nguyên âm (ㅕ)]

겨	녀	뎌	려	며
Gyeo	Nyeo	Dyeo	Ryeo	Myeo
벼	셔	여	져	쳐
Byeo	Syeo	Yeo	Jyeo	Chyeo
켜	텨	펴	혀	
Kya	Tyeo	Pyeo	Hyeo	

자음+모음(ㅕ) 쓰기 [Viết phụ âm + nguyên âm (ㅕ)]

겨	녀	뎌	려	며
Gyeo	Nyeo	Dyeo	Rya	Myeo
벼	셔	여	져	쳐
Byeo	Syeo	Yeo	Jyeo	Chyeo
켜	텨	펴	혀	
Kyeo	Tyeo	Pyeo	Hyeo	

자음+모음(ㅕ) [Phụ âm + nguyên âm (ㅕ)]

월 일

자음+모음(ㅕ) 익히기 [Luyện viết phụ âm + nguyên âm (ㅕ)]

다음 자음+모음(ㅕ)을 쓰는 순서에 맞게 따라 쓰세요.
(Hãy viết phụ âm + nguyên âm (ㅕ) sau theo đúng thứ tự nét chữ.)

자음+모음(ㅕ)	이름	쓰는 순서	영어 표기	쓰기					
ㄱ+ㅕ	겨	겨	Gyeo	겨					
ㄴ+ㅕ	녀	녀	Nyeo	녀					
ㄷ+ㅕ	뎌	뎌	Dyeo	뎌					
ㄹ+ㅕ	려	려	Ryeo	려					
ㅁ+ㅕ	며	며	Myeo	며					
ㅂ+ㅕ	벼	벼	Byeo	벼					
ㅅ+ㅕ	셔	셔	Syeo	셔					
ㅇ+ㅕ	여	여	Yeo	여					
ㅈ+ㅕ	져	져	Jyeo	져					
ㅊ+ㅕ	쳐	쳐	Chyeo	쳐					
ㅋ+ㅕ	켜	켜	Kyeo	켜					
ㅌ+ㅕ	텨	텨	Tyeo	텨					
ㅍ+ㅕ	펴	펴	Pyeo	펴					
ㅎ+ㅕ	펴	혀	Hyeo	혀					

08 자음+모음(ㅛ) [Phụ âm + nguyên âm (ㅛ)]

월 일

자음+모음(ㅛ) 읽기 [Đọc phụ âm + nguyên âm (ㅛ)]

교	뇨	됴	료	묘
Gyo	Nyo	Dyo	Ryo	Myo
뵤	쇼	요	죠	쵸
Byo	Syo	Yo	Jyo	Chyo
쿄	툐	표	효	
Kyo	Tyo	Pyo	Hyo	

자음+모음(ㅛ) 쓰기 [Viết phụ âm + nguyên âm (ㅛ)]

교	뇨	됴	료	묘
Gyo	Nyo	Dyo	Ryo	Myo
뵤	쇼	요	죠	쵸
Byo	Syo	Yo	Jyo	Chyo
쿄	툐	표	효	
Kyo	Tyo	Pyo	Hyo	

자음+모음(ㅛ) [Phụ âm + nguyên âm (ㅛ)]

월 일

자음+모음(ㅛ) 익히기 [Luyện viết phụ âm + nguyên âm (ㅛ)]

다음 자음+모음(ㅛ)을 쓰는 순서에 맞게 따라 쓰세요.
(Hãy viết phụ âm + nguyên âm (ㅛ) sau theo đúng thứ tự nét chữ.)

자음+모음(ㅛ)	이름	쓰는 순서	영어 표기	쓰기					
ㄱ+ㅛ	교	교	Gyo	교					
ㄴ+ㅛ	뇨	뇨	Nyo	뇨					
ㄷ+ㅛ	됴	됴	Dyo	됴					
ㄹ+ㅛ	료	료	Ryo	료					
ㅁ+ㅛ	묘	묘	Myo	묘					
ㅂ+ㅛ	뵤	뵤	Byo	뵤					
ㅅ+ㅛ	쇼	쇼	Syo	쇼					
ㅇ+ㅛ	요	요	Yo	요					
ㅈ+ㅛ	죠	죠	Jyo	죠					
ㅊ+ㅛ	쵸	쵸	Chyo	쵸					
ㅋ+ㅛ	쿄	쿄	Kyo	쿄					
ㅌ+ㅛ	툐	툐	Tyo	툐					
ㅍ+ㅛ	표	표	Pyo	표					
ㅎ+ㅛ	효	효	Hyo	효					

자음+모음(ㅠ) [Phụ âm + nguyên âm (ㅠ)]

월 일

자음+모음(ㅠ) 읽기 [Đọc phụ âm + nguyên âm (ㅠ)]

규	뉴	듀	류	뮤
Gyu	Nyu	Dyu	Ryu	Myu
뷰	슈	유	쥬	츄
Byu	Syu	Yu	Jyu	Chyu
큐	튜	퓨	휴	
Kyu	Tyu	Pyu	Hyu	

자음+모음(ㅠ) 쓰기 [Viết phụ âm + nguyên âm (ㅠ)]

규	뉴	듀	류	뮤
Gyu	Nyu	Dyu	Ryu	Myu
뷰	슈	유	쥬	츄
Byu	Syu	Yu	Jyu	Chyu
큐	튜	퓨	휴	
Kyu	Tyu	Pyu	Hyu	

자음+모음(ㅠ) [Phụ âm + nguyên âm (ㅠ)]

월 일

자음+모음(ㅠ) 익히기 [Luyện viết phụ âm + nguyên âm (ㅠ)]

다음 자음+모음(ㅠ)을 쓰는 순서에 맞게 따라 쓰세요.
(Hãy viết phụ âm + nguyên âm (ㅠ) sau theo đúng thứ tự nét chữ.)

자음+모음(ㅠ)	이름	쓰는 순서	영어 표기	쓰기					
ㄱ+ㅠ	규	규	Gyu	규					
ㄴ+ㅠ	뉴	뉴	Nyu	뉴					
ㄷ+ㅠ	듀	듀	Dyu	듀					
ㄹ+ㅠ	류	류	Ryu	류					
ㅁ+ㅠ	뮤	뮤	Myu	뮤					
ㅂ+ㅠ	뷰	뷰	Byu	뷰					
ㅅ+ㅠ	슈	슈	Syu	슈					
ㅇ+ㅠ	유	유	Yu	유					
ㅈ+ㅠ	쥬	쥬	Jyu	쥬					
ㅊ+ㅠ	츄	츄	Chyu	츄					
ㅋ+ㅠ	큐	큐	Kyu	큐					
ㅌ+ㅠ	튜	튜	Tyu	튜					
ㅍ+ㅠ	퓨	퓨	Pyu	퓨					
ㅎ+ㅠ	휴	휴	Hyu	휴					

10 자음+모음(ㅣ) [Phụ âm + nguyên âm (ㅣ)]

월 일

자음+모음(ㅣ) 읽기 [Đọc phụ âm + nguyên âm (ㅣ)]

기	니	디	리	미
Gi	Ni	Di	Ri	Mi
비	시	이	지	치
Bi	Si	I	Ji	Chi
키	티	피	히	
Ki	Ti	Pi	Hi	

자음+모음(ㅣ) 쓰기 [Viết phụ âm + nguyên âm (ㅣ)]

기	니	디	리	미
Gi	Ni	Di	Ri	Mi
비	시	이	지	치
Bi	Si	I	Ji	Chi
키	티	피	히	
Ki	Ti	Pi	Hi	

자음+모음(ㅣ) [Phụ âm + nguyên âm (ㅣ)]

월 일

자음+모음(ㅣ) 익히기 [Luyện viết phụ âm + nguyên âm (ㅣ)]

다음 자음+모음(ㅣ)을 쓰는 순서에 맞게 따라 쓰세요.
(Hãy viết phụ âm + nguyên âm (ㅣ) sau theo đúng thứ tự nét chữ.)

자음+모음(ㅣ)	이름	쓰는 순서	영어 표기	쓰기					
ㄱ+ㅣ	기	기	Gi	기					
ㄴ+ㅣ	니	니	Ni	니					
ㄷ+ㅣ	디	디	Di	디					
ㄹ+ㅣ	리	리	Ri	리					
ㅁ+ㅣ	미	미	Mi	미					
ㅂ+ㅣ	비	비	Bi	비					
ㅅ+ㅣ	시	시	Si	시					
ㅇ+ㅣ	이	이	I	이					
ㅈ+ㅣ	지	지	Ji	지					
ㅊ+ㅣ	치	치	Chi	치					
ㅋ+ㅣ	키	키	Ki	키					
ㅌ+ㅣ	티	티	Ti	티					
ㅍ+ㅣ	피	피	Pi	피					
ㅎ+ㅣ	히	히	Hi	히					

한글 자음과 모음 받침표 [Bảng phụ âm cuối & nguyên âm cuối tiếng Hàn]

월 일

※참고 : 받침 'ㄱ~ㅎ'(49p~62P)에서 학습할 내용

mp3	받침	가	나	다	라	마	바	사	아	자	차	카	타	파	하
	ㄱ	각	낙	닥	락	막	박	삭	악	작	착	칵	탁	팍	학
	ㄴ	간	난	단	란	만	반	산	안	잔	찬	칸	탄	판	한
	ㄷ	갇	낟	닫	랃	맏	받	삳	앋	잗	찯	칻	탇	팓	핟
	ㄹ	갈	날	달	랄	말	발	살	알	잘	찰	칼	탈	팔	할
	ㅁ	감	남	담	람	맘	밤	삼	암	잠	참	캄	탐	팜	함
	ㅂ	갑	납	답	랍	맙	밥	삽	압	잡	찹	캅	탑	팝	합
	ㅅ	갓	낫	닷	랏	맛	밧	삿	앗	잣	찻	캇	탓	팟	핫
	ㅇ	강	낭	당	랑	망	방	상	앙	장	창	캉	탕	팡	항
	ㅈ	갖	낮	닺	랒	맞	밪	샂	앚	잦	챚	캊	탖	팢	핮
	ㅊ	갗	낯	닻	랓	맟	밫	샃	앛	잧	챛	캋	탗	팣	핯
	ㅋ	갘	낰	닼	랔	맠	밬	샄	앜	잨	챀	캌	탘	팤	핰
	ㅌ	같	낱	닽	랕	맡	밭	샅	앝	잩	챁	캍	탙	팥	핱
	ㅍ	갚	낲	닾	랖	맢	밮	샆	앞	잪	챂	캎	탚	팦	핲
	ㅎ	갛	낳	닿	랗	맣	밯	샇	앟	잫	챃	캏	탛	팧	핳

제5장

자음과 겹모음

Chương 5. Phụ âm & Nguyên âm đôi

국어국립원의 '우리말샘'에 등록되지 않은 글자. 또는 쓰임이 적은 글자를 아래와 같이 수록하니, 학습에 참고하시길 바랍니다.

페이지	'우리말샘'에 등록되지 않은 글자. 또는 쓰임이 적은 글자
42p	뎨(Dye) 볘(Bye) 졔(Jye) 쳬(Chye) 톄(Tye)
43p	돠(Dwa) 롸(Rwa) 뫄(Mwa) 톼(Twa) 퐈(Pwa)
44p	놰(Nwae) 뢔(Rwae) 뫠(Mwae) 쵀(Chwae) 퐤(Pwae)
46p	풔(Pwo)
48p	듸(Dui) 릐(Rui) 믜(Mui) 븨(Bui) 싀(Sui) 즤(Jui) 츼(Chui) 킈(Kui)
51p	랕(Rat) 앝(At) 챁(Chat) 캍(Kat) 탙(Tat) 팥(Pat)
57p	샃(Sat) 캋(Kat) 탗(Tat) 팣(Pat) 핯(Hat)
58p	랓(Rat) 맟(Mat) 밪(Bat) 샂(Sat) 앛(At) 잧(Jat) 챃(Chat) 캏(Chat) 탖(Tat) 퍛(Pat) 핳(Hat)
59p	갘(Gak) 낰(Nak) 닼(Dak) 랔(Rak) 맠(Mak) 밬(Bak) 샄(Sak) 잨(Jak) 챀(Chak) 캌(Kak) 팤(Pak) 핰(Hak)
60p	닽(Dat) 랕(Rat) 잩(Jat) 챁(Chat) 캍(Kat) 탙(Tat) 핱(Hat)
61p	닾(Dap) 맢(Map) 밮(Bap) 챂(Chap) 캎(Kap) 탚(Tap) 팦(Pap) 핲(Hap)
62p	밯(Bat) 샇(Sat) 앟(At) 잫(Jat) 챃(Chat) 캏(Kat) 탛(Tat) 팧(Pat) 핳(Hat)

01 자음+겹모음(ㅐ)

[Phụ âm + nguyên âm đôi (ㅐ)]

월 일

자음+겹모음(ㅐ) [Phụ âm + nguyên âm đôi (ㅐ)]

다음 자음+겹모음(ㅐ)을 쓰는 순서에 맞게 따라 쓰세요.
(Hãy viết phụ âm + nguyên âm đôi (ㅐ) sau theo đúng thứ tự nét chữ.)

자음+겹모음(ㅐ)	영어 표기	쓰기						
ㄱ+ㅐ	Gae	개						
ㄴ+ㅐ	Nae	내						
ㄷ+ㅐ	Dae	대						
ㄹ+ㅐ	Rae	래						
ㅁ+ㅐ	Mae	매						
ㅂ+ㅐ	Bae	배						
ㅅ+ㅐ	Sae	새						
ㅇ+ㅐ	Ae	애						
ㅈ+ㅐ	Jae	재						
ㅊ+ㅐ	Chae	채						
ㅋ+ㅐ	Kae	캐						
ㅌ+ㅐ	Tae	태						
ㅍ+ㅐ	Pae	패						
ㅎ+ㅐ	Hae	해						

자음+겹모음(ㅔ)

[Phụ âm + nguyên âm đôi (ㅔ)]

월 일

자음+겹모음(ㅔ) [Phụ âm + nguyên âm đôi (ㅔ)]

다음 자음+겹모음(ㅔ)을 쓰는 순서에 맞게 따라 쓰세요.
(Hãy viết phụ âm + nguyên âm đôi (ㅔ) sau theo đúng thứ tự nét chữ.)

자음+겹모음(ㅔ)	영어 표기	쓰기						
ㄱ+ㅔ	Ge	게						
ㄴ+ㅔ	Ne	네						
ㄷ+ㅔ	De	데						
ㄹ+ㅔ	Re	레						
ㅁ+ㅔ	Me	메						
ㅂ+ㅔ	Be	베						
ㅅ+ㅔ	Se	세						
ㅇ+ㅔ	E	에						
ㅈ+ㅔ	Je	제						
ㅊ+ㅔ	Che	체						
ㅋ+ㅔ	Ke	케						
ㅌ+ㅔ	Te	테						
ㅍ+ㅔ	Pe	페						
ㅎ+ㅔ	He	헤						

자음+겹모음(ㅖ)

[Phụ âm + nguyên âm đôi (ㅖ)]

월 일

자음+겹모음(ㅖ) [Phụ âm + nguyên âm đôi (ㅖ)]

다음 자음+겹모음(ㅖ)을 쓰는 순서에 맞게 따라 쓰세요.
(Hãy viết phụ âm + nguyên âm đôi (ㅖ) sau theo đúng thứ tự nét chữ.)

자음+겹모음(ㅖ)	영어 표기	쓰기						
ㄱ+ㅖ	Gye	계						
ㄴ+ㅖ	Nye	녜						
ㄷ+ㅖ	Dye	뎨						
ㄹ+ㅖ	Rye	례						
ㅁ+ㅖ	Mye	몌						
ㅂ+ㅖ	Bye	볘						
ㅅ+ㅖ	Sye	셰						
ㅇ+ㅖ	Ye	예						
ㅈ+ㅖ	Jye	졔						
ㅊ+ㅖ	Chye	쳬						
ㅋ+ㅖ	Kye	켸						
ㅌ+ㅖ	Tye	톄						
ㅍ+ㅖ	Pye	폐						
ㅎ+ㅖ	Hye	혜						

04 자음+겹모음(ㅘ)

[Phụ âm + nguyên âm đôi (ㅘ)]

월 일

자음+겹모음(ㅘ) [Phụ âm + nguyên âm đôi (ㅘ)]

다음 자음+겹모음(ㅘ)을 쓰는 순서에 맞게 따라 쓰세요.
(Hãy viết phụ âm + nguyên âm đôi (ㅘ) sau theo đúng thứ tự nét chữ.)

자음+겹모음(ㅘ)	영어 표기	쓰기						
ㄱ+ㅘ	Gwa	과						
ㄴ+ㅘ	Nwa	놔						
ㄷ+ㅘ	Dwa	돠						
ㄹ+ㅘ	Rwa	롸						
ㅁ+ㅘ	Mwa	뫄						
ㅂ+ㅘ	Bwa	봐						
ㅅ+ㅘ	Swa	솨						
ㅇ+ㅘ	Wa	와						
ㅈ+ㅘ	Jwa	좌						
ㅊ+ㅘ	Chwa	촤						
ㅋ+ㅘ	Kwa	콰						
ㅌ+ㅘ	Twa	톼						
ㅍ+ㅘ	Pwa	퐈						
ㅎ+ㅘ	Hwa	화						

자음+겹모음(ㅙ)

[Phụ âm + nguyên âm đôi (ㅙ)]

월 일

자음+겹모음(ㅙ) [Phụ âm + nguyên âm đôi (ㅙ)]

다음 자음+겹모음(ㅙ)을 쓰는 순서에 맞게 따라 쓰세요.
(Hãy viết phụ âm + nguyên âm đôi (ㅙ) sau theo đúng thứ tự nét chữ.)

자음+겹모음(ㅙ)	영어 표기	쓰기						
ㄱ+ㅙ	Gwae	괘						
ㄴ+ㅙ	Nwae	놰						
ㄷ+ㅙ	Dwae	돼						
ㄹ+ㅙ	Rwae	뢔						
ㅁ+ㅙ	Mwae	뫠						
ㅂ+ㅙ	Bwae	봬						
ㅅ+ㅙ	Swae	쇄						
ㅇ+ㅙ	Wae	왜						
ㅈ+ㅙ	Jwae	좨						
ㅊ+ㅙ	Chwae	쵀						
ㅋ+ㅙ	Kwae	쾌						
ㅌ+ㅙ	Twae	퇘						
ㅍ+ㅙ	Pwae	퐤						
ㅎ+ㅙ	Hwae	홰						

06 자음+겹모음(ㅚ)

[Phụ âm + nguyên âm đôi (ㅚ)]

월 일

자음+겹모음(ㅚ) [Phụ âm + nguyên âm đôi (ㅚ)]

다음 자음+겹모음(ㅚ)을 쓰는 순서에 맞게 따라 쓰세요.
(Hãy viết phụ âm + nguyên âm đôi (ㅚ) sau theo đúng thứ tự nét chữ.)

자음+겹모음(ㅚ)	영어 표기	쓰기						
ㄱ+ㅚ	Goe	괴						
ㄴ+ㅚ	Noe	뇌						
ㄷ+ㅚ	Doe	되						
ㄹ+ㅚ	Roe	뢰						
ㅁ+ㅚ	Moe	뫼						
ㅂ+ㅚ	Boe	뵈						
ㅅ+ㅚ	Soe	쇠						
ㅇ+ㅚ	Oe	외						
ㅈ+ㅚ	Joe	죄						
ㅊ+ㅚ	Choe	최						
ㅋ+ㅚ	Koe	쾨						
ㅌ+ㅚ	Toe	퇴						
ㅍ+ㅚ	Poe	푀						
ㅎ+ㅚ	Hoe	회						

자음+겹모음(ㅝ)

[Phụ âm + nguyên âm đôi (ㅝ)]

월 일

자음+겹모음(ㅝ) [Phụ âm + nguyên âm đôi (ㅝ)]

다음 자음+겹모음(ㅝ)을 쓰는 순서에 맞게 따라 쓰세요.
(Hãy viết phụ âm + nguyên âm đôi (ㅝ) sau theo đúng thứ tự nét chữ.)

자음+겹모음(ㅝ)	영어 표기	쓰기						
ㄱ+ㅝ	Gwo	궈						
ㄴ+ㅝ	Nwo	눠						
ㄷ+ㅝ	Dwo	둬						
ㄹ+ㅝ	Rwo	뤄						
ㅁ+ㅝ	Mwo	뭐						
ㅂ+ㅝ	Bwo	붜						
ㅅ+ㅝ	Swo	숴						
ㅇ+ㅝ	Wo	워						
ㅈ+ㅝ	Jwo	줘						
ㅊ+ㅝ	Chwo	춰						
ㅋ+ㅝ	Kwo	쿼						
ㅌ+ㅝ	Two	퉈						
ㅍ+ㅝ	Pwo	풔						
ㅎ+ㅝ	Hwo	훠						

자음+겹모음(ㅟ)

[Phụ âm + nguyên âm đôi (ㅟ)]

월 일

자음+겹모음(ㅟ) [Phụ âm + nguyên âm đôi (ㅟ)]

다음 자음+겹모음(ㅟ)을 쓰는 순서에 맞게 따라 쓰세요.
(Hãy viết phụ âm + nguyên âm đôi (ㅟ) sau theo đúng thứ tự nét chữ.)

자음+겹모음(ㅟ)	영어 표기	쓰기						
ㄱ+ㅟ	Gwi	귀						
ㄴ+ㅟ	Nwi	뉘						
ㄷ+ㅟ	Dwi	뒤						
ㄹ+ㅟ	Rwi	뤼						
ㅁ+ㅟ	Mwi	뮈						
ㅂ+ㅟ	Bwi	뷔						
ㅅ+ㅟ	Swi	쉬						
ㅇ+ㅟ	Wi	위						
ㅈ+ㅟ	Jwi	쥐						
ㅊ+ㅟ	Chwi	취						
ㅋ+ㅟ	Kwi	퀴						
ㅌ+ㅟ	Twi	튀						
ㅍ+ㅟ	Pwi	퓌						
ㅎ+ㅟ	Hwi	휘						

09 자음+겹모음(ㅢ)

[Phụ âm + nguyên âm đôi (ㅢ)]

월 일

자음+겹모음(ㅢ) [Phụ âm + nguyên âm đôi (ㅢ)]

다음 자음+겹모음(ㅢ)을 쓰는 순서에 맞게 따라 쓰세요.
(Hãy viết phụ âm + nguyên âm đôi (ㅢ) sau theo đúng thứ tự nét chữ.)

자음+겹모음(ㅢ)	영어 표기	쓰기						
ㄱ+ㅢ	Gwi	긔						
ㄴ+ㅢ	Nwi	늬						
ㄷ+ㅢ	Dwi	듸						
ㄹ+ㅢ	Rwi	릐						
ㅁ+ㅢ	Mwi	믜						
ㅂ+ㅢ	Bwi	븨						
ㅅ+ㅢ	Swi	싀						
ㅇ+ㅢ	Wi	의						
ㅈ+ㅢ	Jwi	즤						
ㅊ+ㅢ	Chwi	츼						
ㅋ+ㅢ	Kwi	킈						
ㅌ+ㅢ	Twi	틔						
ㅍ+ㅢ	Pwi	픠						
ㅎ+ㅢ	Hwi	희						

받침 ㄱ(기역)이 있는 글자

[Từ có phụ âm cuối 'ㄱ'(Giyeok)]

월 일

받침 ㄱ(기역) [Phụ âm cuối 'ㄱ'(Giyeok)]

다음 받침 ㄱ(기역)이 들어간 글자를 쓰는 순서에 맞게 따라 쓰세요.
(Hãy viết từ có phụ âm cuối 'ㄱ'(Giyeok) sau theo đúng thứ tự nét chữ.)

받침 ㄱ(기역)	영어 표기	쓰기						
가+ㄱ	Gak	각						
나+ㄱ	Nak	낙						
다+ㄱ	Dak	닥						
라+ㄱ	Rak	락						
마+ㄱ	Mak	막						
바+ㄱ	Bak	박						
사+ㄱ	Sak	삭						
아+ㄱ	Ak	악						
자+ㄱ	Jak	작						
차+ㄱ	Chak	착						
카+ㄱ	Kak	칵						
타+ㄱ	Tak	탁						
파+ㄱ	Pak	팍						
하+ㄱ	Hak	학						

받침 ㄴ(니은)이 있는 글자

[Từ có phụ âm cuối 'ㄴ'(Nieun)]

월 일

받침 ㄴ(니은) [Phụ âm cuối 'ㄴ'(Nieun)]

다음 받침 ㄴ(니은)이 들어간 글자를 쓰는 순서에 맞게 따라 쓰세요.
(Hãy viết từ có phụ âm cuối 'ㄴ'(Nieun) sau theo đúng thứ tự nét chữ.)

받침 ㄴ(니은)	영어 표기	쓰기						
가+ㄴ	Gan	간						
나+ㄴ	Nan	난						
다+ㄴ	Dan	단						
라+ㄴ	Ran	란						
마+ㄴ	Man	만						
바+ㄴ	Ban	반						
사+ㄴ	San	산						
아+ㄴ	An	안						
자+ㄴ	Jan	잔						
차+ㄴ	Chan	찬						
카+ㄴ	Kan	칸						
타+ㄴ	Tan	탄						
파+ㄴ	Pan	판						
하+ㄴ	Han	한						

12 받침 ㄷ(디귿)이 있는 글자
[Từ có phụ âm cuối 'ㄷ'(Digeut)]

월 일

받침 ㄷ(디귿) [Phụ âm cuối 'ㄷ'(Digeut)]

다음 받침 ㄷ(디귿)이 들어간 글자를 쓰는 순서에 맞게 따라 쓰세요.
(Hãy viết từ có phụ âm cuối 'ㄷ'(Digeut) sau theo đúng thứ tự nét chữ.)

받침 ㄷ(디귿)	영어 표기	쓰기						
가+ㄷ	Gat	갇						
나+ㄷ	Nat	낟						
다+ㄷ	Dat	닫						
라+ㄷ	Rat	랃						
마+ㄷ	Mat	맏						
바+ㄷ	Bat	받						
사+ㄷ	Sat	삳						
아+ㄷ	At	앋						
자+ㄷ	Jat	잗						
차+ㄷ	Chat	찯						
카+ㄷ	Kat	칻						
타+ㄷ	Tat	탇						
파+ㄷ	Pat	팓						
하+ㄷ	Hat	핟						

받침 ㄹ(리을)이 있는 글자
[Từ có phụ âm cuối 'ㄹ'(Rieul)]

월 일

받침 ㄹ(리을) [Phụ âm cuối 'ㄹ'(Rieul)]

다음 받침 ㄹ(리을)이 들어간 글자를 쓰는 순서에 맞게 따라 쓰세요.
(Hãy viết từ có phụ âm cuối 'ㄹ'(Rieul) sau theo đúng thứ tự nét chữ.)

받침 ㄹ(리을)	영어 표기	쓰기						
가+ㄹ	Gal	갈						
나+ㄹ	Nal	날						
다+ㄹ	Dal	달						
라+ㄹ	Ral	랄						
마+ㄹ	Mal	말						
바+ㄹ	Bal	발						
사+ㄹ	Sal	살						
아+ㄹ	Al	알						
자+ㄹ	Jal	잘						
차+ㄹ	Chal	찰						
카+ㄹ	Kal	칼						
타+ㄹ	Tal	탈						
파+ㄹ	Pal	팔						
하+ㄹ	Hal	할						

받침 ㅁ(미음)이 있는 글자

[Từ có phụ âm cuối 'ㅁ'(Mieum)]

월 일

받침 ㅁ(미음) [Phụ âm cuối 'ㅁ'(Mieum)]

다음 받침 ㅁ(미음)이 들어간 글자를 쓰는 순서에 맞게 따라 쓰세요.
(Hãy viết từ có phụ âm cuối 'ㅁ'(Mieum) sau theo đúng thứ tự nét chữ.)

받침 ㅁ(미음)	영어 표기	쓰기						
가+ㅁ	Gam	감						
나+ㅁ	Nam	남						
다+ㅁ	Dam	담						
라+ㅁ	Ram	람						
마+ㅁ	Mam	맘						
바+ㅁ	Bam	밤						
사+ㅁ	Sam	삼						
아+ㅁ	Am	암						
자+ㅁ	Jam	잠						
차+ㅁ	Cham	참						
카+ㅁ	Kam	캄						
타+ㅁ	Tam	탐						
파+ㅁ	Pam	팜						
하+ㅁ	Ham	함						

15 받침 ㅂ(비읍)이 있는 글자
[Từ có phụ âm cuối 'ㅂ'(Bieup)]

월 일

받침 ㅂ(비읍) [Phụ âm cuối 'ㅂ'(Bieup)]

다음 받침 ㅂ(비읍)이 들어간 글자를 쓰는 순서에 맞게 따라 쓰세요.
(Hãy viết từ có phụ âm cuối 'ㅂ'(Bieup) sau theo đúng thứ tự nét chữ.)

받침 ㅂ(비읍)	영어 표기	쓰기						
가+ㅂ	Gap	갑						
나+ㅂ	Nap	납						
다+ㅂ	Dap	답						
라+ㅂ	Rap	랍						
마+ㅂ	Map	맙						
바+ㅂ	Bap	밥						
사+ㅂ	Sap	삽						
아+ㅂ	Ap	압						
자+ㅂ	Jap	잡						
차+ㅂ	Chap	찹						
카+ㅂ	Kap	캅						
타+ㅂ	Tap	탑						
파+ㅂ	Pap	팝						
하+ㅂ	Hap	합						

받침 ㅅ(시옷)이 있는 글자

[Từ có phụ âm cuối 'ㅅ'(Siot)]

월 일

받침 ㅅ(시옷) [Phụ âm cuối 'ㅅ'(Siot)]

다음 받침 ㅅ(시옷)이 들어간 글자를 쓰는 순서에 맞게 따라 쓰세요.
(Hãy viết từ có phụ âm cuối 'ㅅ'(Siot) sau theo đúng thứ tự nét chữ.)

받침 ㅅ(시옷)	영어 표기	쓰기						
가+ㅅ	Gat	갓						
나+ㅅ	Nat	낫						
다+ㅅ	Dat	닷						
라+ㅅ	Rat	랏						
마+ㅅ	Mat	맛						
바+ㅅ	Bat	밧						
사+ㅅ	Sat	삿						
아+ㅅ	At	앗						
자+ㅅ	Jat	잣						
차+ㅅ	Chat	찻						
카+ㅅ	Kat	캇						
타+ㅅ	Tat	탓						
파+ㅅ	Pat	팟						
하+ㅅ	Hat	핫						

17 받침 ㅇ(이응)이 있는 글자

[Từ có phụ âm cuối 'ㅇ'(leung)]

월 일

받침 ㅇ(이응) [Phụ âm cuối 'ㅇ'(leung)]

다음 받침 ㅇ(이응)이 들어간 글자를 쓰는 순서에 맞게 따라 쓰세요.
(Hãy viết từ có phụ âm cuối 'ㅇ'(Ieung) sau theo đúng thứ tự nét chữ.)

받침 ㅇ(이응)	영어 표기	쓰기						
가+ㅇ	Gang	강						
나+ㅇ	Nang	낭						
다+ㅇ	Dang	당						
라+ㅇ	Rang	랑						
마+ㅇ	Mang	망						
바+ㅇ	Bang	방						
사+ㅇ	Sang	상						
아+ㅇ	Ang	앙						
자+ㅇ	Jang	장						
차+ㅇ	Chang	창						
카+ㅇ	Kang	캉						
타+ㅇ	Tang	탕						
파+ㅇ	Pang	팡						
하+ㅇ	Hang	항						

받침 ㅈ(지읒)이 있는 글자
[Từ có phụ âm cuối 'ㅈ'(Jieut)]

월 일

받침 ㅈ(지읒) [Phụ âm cuối 'ㅈ'(Jieut)]

다음 받침 ㅈ(지읒)이 들어간 글자를 쓰는 순서에 맞게 따라 쓰세요.
(Hãy viết từ có phụ âm cuối 'ㅈ'(Jieut) sau theo đúng thứ tự nét chữ.)

받침 ㅈ(지읒)	영어 표기	쓰기						
가+ㅈ	Gat	갖						
나+ㅈ	Nat	낮						
다+ㅈ	Dat	닺						
라+ㅈ	Rat	랒						
마+ㅈ	Mat	맞						
바+ㅈ	Bat	밪						
사+ㅈ	Sat	샂						
아+ㅈ	At	앚						
자+ㅈ	Jat	잦						
차+ㅈ	Chat	챚						
카+ㅈ	Kat	캊						
타+ㅈ	Tat	탖						
파+ㅈ	Pat	팢						
하+ㅈ	Hat	핮						

받침 ㅊ(치읓)이 있는 글자

[Từ có phụ âm cuối 'ㅊ'(Chieut)]

월 일

받침 ㅊ(치읓) [Phụ âm cuối 'ㅊ'(Chieut)]

다음 받침 ㅊ(치읓)이 들어간 글자를 쓰는 순서에 맞게 따라 쓰세요.
(Hãy viết từ có phụ âm cuối 'ㅊ'(Chieut) sau theo đúng thứ tự nét chữ.)

받침 ㅊ(치읓)	영어 표기	쓰기						
가+ㅊ	Gat	갗						
나+ㅊ	Nat	낯						
다+ㅊ	Dat	닻						
라+ㅊ	Rat	랓						
마+ㅊ	Mat	맞						
바+ㅊ	Bat	빛						
사+ㅊ	Sat	샃						
아+ㅊ	At	앛						
자+ㅊ	Jat	잧						
차+ㅊ	Chat	찿						
카+ㅊ	Kat	캋						
타+ㅊ	Tat	탗						
파+ㅊ	Pat	팣						
하+ㅊ	Hat	핯						

받침 ㅋ(키읔)이 있는 글자

[Từ có phụ âm cuối 'ㅋ'(Kieuk)]

월 일

받침 ㅋ(키읔) [Phụ âm cuối 'ㅋ'(Kieuk)]

다음 받침 ㅋ(키읔)이 들어간 글자를 쓰는 순서에 맞게 따라 쓰세요.
(Hãy viết từ có phụ âm cuối 'ㅋ'(Kieuk) sau theo đúng thứ tự nét chữ.)

받침 ㅋ(키읔)	영어 표기	쓰기						
가+ㅋ	Gak	각						
나+ㅋ	Nak	낙						
다+ㅋ	Dak	닥						
라+ㅋ	Rak	락						
마+ㅋ	Mak	막						
바+ㅋ	Bak	박						
사+ㅋ	Sak	삭						
아+ㅋ	Ak	악						
자+ㅋ	Jak	작						
차+ㅋ	Chak	착						
카+ㅋ	Kak	칵						
타+ㅋ	Tak	탁						
파+ㅋ	Pak	팍						
하+ㅋ	Hak	학						

21 받침 ㅌ(티읕)이 있는 글자

[Từ có phụ âm cuối 'ㅌ'(Tieut)]

월 일

받침 ㅌ(티읕) [Phụ âm cuối 'ㅌ'(Tieut)]

다음 받침 ㅌ(티읕)이 들어간 글자를 쓰는 순서에 맞게 따라 쓰세요.
(Hãy viết từ có phụ âm cuối 'ㅌ'(Tieut) sau theo đúng thứ tự nét chữ.)

받침 ㅌ(티읕)	영어 표기	쓰기						
가+ㅌ	Gat	같						
나+ㅌ	Nat	낱						
다+ㅌ	Dat	닽						
라+ㅌ	Rat	랕						
마+ㅌ	Mat	맡						
바+ㅌ	Bat	밭						
사+ㅌ	Sat	샅						
아+ㅌ	At	앝						
자+ㅌ	Jat	잩						
차+ㅌ	Chat	챁						
카+ㅌ	Kat	캍						
타+ㅌ	Tat	탙						
파+ㅌ	Pat	퍁						
하+ㅌ	Hat	핱						

22

받침 ㅍ(피읖)이 있는 글자

[Từ có phụ âm cuối 'ㅍ'(Pieup)]

월 일

받침 ㅍ(피읖) [Phụ âm cuối 'ㅍ'(Pieup)]

다음 받침 ㅍ(피읖)이 들어간 글자를 쓰는 순서에 맞게 따라 쓰세요.
(Hãy viết từ có phụ âm cuối 'ㅍ'(Pieup) sau theo đúng thứ tự nét chữ.)

받침 ㅍ(피읖)	영어 표기	쓰기						
가+ㅍ	Gap	갚						
나+ㅍ	Nap	낲						
다+ㅍ	Dap	닾						
라+ㅍ	Rap	랖						
마+ㅍ	Map	맢						
바+ㅍ	Bap	밮						
사+ㅍ	Sap	샆						
아+ㅍ	Ap	앞						
자+ㅍ	Jap	잪						
차+ㅍ	Chap	챂						
카+ㅍ	Kap	캎						
타+ㅍ	Tap	탚						
파+ㅍ	Pap	팦						
하+ㅍ	Hap	핲						

23 받침 ㅎ(히읗)이 있는 글자
[Từ có phụ âm cuối 'ㅎ'(Hieut)]

월 일

받침 ㅎ(히읗) [Phụ âm cuối 'ㅎ'(Hieut)]

다음 받침 ㅎ(히읗)이 들어간 글자를 쓰는 순서에 맞게 따라 쓰세요.
(Hãy viết từ có phụ âm cuối 'ㅎ'(Hieut) sau theo đúng thứ tự nét chữ.)

받침 ㅎ(히읗)	영어 표기	쓰기						
가+ㅎ	Gat	갛						
나+ㅎ	Nat	낳						
다+ㅎ	Dat	닿						
라+ㅎ	Rat	랗						
마+ㅎ	Mat	맣						
바+ㅎ	Bat	밯						
사+ㅎ	Sat	샇						
아+ㅎ	At	앟						
자+ㅎ	Jat	잫						
차+ㅎ	Chat	챃						
카+ㅎ	Kat	캏						
타+ㅎ	Tat	탛						
파+ㅎ	Pat	팧						
하+ㅎ	Hat	핳						

제6장

주제별 낱말

Chương 6.
Từ vựng theo chủ đề

01 과일 [Trái cây]

월 일

■ 다음을 쓰는 순서에 맞게 따라 쓰세요.
(Hãy viết các từ sau theo đúng thứ tự nét chữ.)

사과 táo	사	과						
배 lê	배							
바나나 chuối	바	나	나					
딸기 dâu tây	딸	기						
토마토 cà chua	토	마	토					

01 과일 [Trái cây]

월 일

■ 다음을 쓰는 순서에 맞게 따라 쓰세요.
(Hãy viết các từ sau theo đúng thứ tự nét chữ.)

수박 dưa hấu	수	박						
복숭아 đào	복	숭	아					
오렌지 cam	오	렌	지					
귤 quýt	귤							
키위 kiwi	키	위						

과일 [Trái cây]

월 일

■ 다음을 쓰는 순서에 맞게 따라 쓰세요.
(Hãy viết các từ sau theo đúng thứ tự nét chữ.)

참외 dưa lê	참	외						
파인애플 dứa	파	인	애	플				
레몬 chanh vàng	레	몬						
감 hồng	감							
포도 nho	포	도						

02 동물 [Động vật]

월 일

■ 다음을 쓰는 순서에 맞게 따라 쓰세요.
(Hãy viết các từ sau theo đúng thứ tự nét chữ.)

타조 đà điểu	타	조						
호랑이 hổ	호	랑	이					
사슴 hươu	사	슴						
고양이 mèo	고	양	이					
여우 cáo	여	우						

02 동물 [Động vật]

월 일

■ 다음을 쓰는 순서에 맞게 따라 쓰세요.
(Hãy viết các từ sau theo đúng thứ tự nét chữ.)

사자 sư tử	사	자						
코끼리 voi	코	끼	리					
돼지 lợn	돼	지						
강아지 chó con	강	아	지					
토끼 thỏ	토	끼						

동물 [Động vật]

월 일

■ 다음을 쓰는 순서에 맞게 따라 쓰세요.
(Hãy viết các từ sau theo đúng thứ tự nét chữ.)

기린 hươu cao cổ	기	린						
곰 gấu	곰							
원숭이 khỉ	원	숭	이					
너구리 chồn	너	구	리					
거북이 rùa	거	북	이					

채소 [Rau củ]

월 일

■ 다음을 쓰는 순서에 맞게 따라 쓰세요.
(Hãy viết các từ sau theo đúng thứ tự nét chữ.)

배추 cải thảo	배	추						
당근 cà rốt	당	근						
마늘 tỏi	마	늘						
시금치 rau chân vịt	시	금	치					
미나리 rau cần	미	나	리					

채소 [Rau củ]

월 일

■ 다음을 쓰는 순서에 맞게 따라 쓰세요.
(Hãy viết các từ sau theo đúng thứ tự nét chữ.)

무 củ cải	무							
상추 xà lách	상	추						
양파 hành tây	양	파						
부추 hẹ	부	추						
감자 khoai tây	감	자						

채소 [Rau củ]

월 일

■ 다음을 쓰는 순서에 맞게 따라 쓰세요.
(Hãy viết các từ sau theo đúng thứ tự nét chữ.)

오이 dưa chuột	오	이						
파 hành paro	파							
가지 cà tím	가	지						
고추 ớt	고	추						
양배추 bắp cải	양	배	추					

직업 [Nghề nghiệp]

월 일

■ 다음을 쓰는 순서에 맞게 따라 쓰세요.
(Hãy viết các từ sau theo đúng thứ tự nét chữ.)

경찰관 cảnh sát	경	찰	관					
소방관 lính cứu hỏa	소	방	관					
요리사 đầu bếp	요	리	사					
환경미화원 nhân viên vệ sinh công cộng	환	경	미	화	원			
화가 họa sĩ	화	가						

04 직업 [Nghề nghiệp]

월 일

■ 다음을 쓰는 순서에 맞게 따라 쓰세요.
(Hãy viết các từ sau theo đúng thứ tự nét chữ.)

간호사 y tá	간	호	사					
회사원 nhân viên văn phòng	회	사	원					
미용사 thợ làm tóc	미	용	사					
가수 ca sĩ	가	수						
소설가 tiểu thuyết gia	소	설	가					

04 직업 [Nghề nghiệp]

월 일

■ 다음을 쓰는 순서에 맞게 따라 쓰세요.
(Hãy viết các từ sau theo đúng thứ tự nét chữ.)

의사 bác sĩ	의	사						
선생님 giáo viên	선	생	님					
주부 nội trợ	주	부						
운동선수 vận động viên	운	동	선	수				
우편집배원 nhân viên bưu điện	우	편	집	배	원			

음식 [Món ăn]

월 일

■ 다음을 쓰는 순서에 맞게 따라 쓰세요.
(Hãy viết các từ sau theo đúng thứ tự nét chữ.)

김치찌개 canh kim chi	김	치	찌	개				
미역국 canh rong biển	미	역	국					
김치볶음밥 cơm chiên kim chi	김	치	볶	음	밥			
돈가스 thịt chiên bột	돈	가	스					
국수 mì	국	수						

05

음식 [Món ăn]

월 일

■ 다음을 쓰는 순서에 맞게 따라 쓰세요.
(Hãy viết các từ sau theo đúng thứ tự nét chữ.)

된장찌개 canh đậu tương	된	장	찌	개				
불고기 bulgogi	불	고	기					
김밥 cơm cuộn	김	밥						
라면 mì gói	라	면						
떡 bánh gạo	떡							

음식 [Món ăn]

월 일

■ 다음을 쓰는 순서에 맞게 따라 쓰세요.
(Hãy viết các từ sau theo đúng thứ tự nét chữ.)

순두부찌개 canh đậu hũ non	순	두	부	찌	개			
비빔밥 cơm trộn	비	빔	밥					
만두 há cảo mandu	만	두						
피자 pizza	피	자						
케이크 bánh kem	케	이	크					

06 위치 [Vị trí]

월 일

■ 다음을 쓰는 순서에 맞게 따라 쓰세요.
(Hãy viết các từ sau theo đúng thứ tự nét chữ.)

앞 trước	앞							
뒤 sau	뒤							
위 trên	위							
아래 dưới	아	래						
오른쪽 phải	오	른	쪽					

위치 [Vị trí]

월 일

■ 다음을 쓰는 순서에 맞게 따라 쓰세요.
(Hãy viết các từ sau theo đúng thứ tự nét chữ.)

왼	쪽						
옆							
안							
밖							
밑							

왼쪽 trái

옆 bên cạnh

안 bên trong

밖 bên ngoài

밑 bên dưới

위치 [Vị trí]

월 일

■ 다음을 쓰는 순서에 맞게 따라 쓰세요.
(Hãy viết các từ sau theo đúng thứ tự nét chữ.)

사이 ở giữa	사	이
동쪽 Đông	동	쪽
서쪽 Tây	서	쪽
남쪽 Nam	남	쪽
북쪽 Bắc	북	쪽

탈것 [Phương tiện]

월 일

■ 다음을 쓰는 순서에 맞게 따라 쓰세요.
(Hãy viết các từ sau theo đúng thứ tự nét chữ.)

버스 xe buýt	버	스						
비행기 máy bay	비	행	기					
배 tàu thuyền	배							
오토바이 xe máy	오	토	바	이				
소방차 xe cứu hỏa	소	방	차					

07 탈것 [Phương tiện]

월 일

■ 다음을 쓰는 순서에 맞게 따라 쓰세요.
(Hãy viết các từ sau theo đúng thứ tự nét chữ.)

자동차 xe ô tô	자	동	차					
지하철 tàu điện ngầm	지	하	철					
기차 tàu hỏa	기	차						
헬리콥터 trực thăng	헬	리	콥	터				
포클레인 xe máy xúc	포	클	레	인				

탈것 [Phương tiện]

월 일

■ 다음을 쓰는 순서에 맞게 따라 쓰세요.
(Hãy viết các từ sau theo đúng thứ tự nét chữ.)

택시 taxi	택	시						
자전거 xe đạp	자	전	거					
트럭 xe tải	트	럭						
구급차 xe cấp cứu	구	급	차					
기구 khinh khí cầu	기	구						

장소 [Địa điểm]

월 일

■ 다음을 쓰는 순서에 맞게 따라 쓰세요.
(Hãy viết các từ sau theo đúng thứ tự nét chữ.)

집 nhà	집							
학교 trường học	학	교						
백화점 trung tâm thương mại	백	화	점					
우체국 bưu điện	우	체	국					
약국 nhà thuốc	약	국						

장소 [Địa điểm]

월 일

■ 다음을 쓰는 순서에 맞게 따라 쓰세요.
(Hãy viết các từ sau theo đúng thứ tự nét chữ.)

시장 chợ	시	장						
식당 nhà hàng	식	당						
슈퍼마켓 siêu thị	슈	퍼	마	켓				
서점 nhà sách	서	점						
공원 công viên	공	원						

장소 [Địa điểm]

월 일

■ 다음을 쓰는 순서에 맞게 따라 쓰세요.
(Hãy viết các từ sau theo đúng thứ tự nét chữ.)

은행 ngân hàng	은	행						
병원 bệnh viện	병	원						
문구점 cửa hàng văn phòng phẩm	문	구	점					
미용실 tiệm cắt tóc	미	용	실					
극장 nhà hát	극	장						

계절, 날씨 [Mùa, thời tiết]

월 일

■ 다음을 쓰는 순서에 맞게 따라 쓰세요.
(Hãy viết các từ sau theo đúng thứ tự nét chữ.)

봄 xuân	봄							
여름 hạ	여	름						
가을 thu	가	을						
겨울 đông	겨	울						
맑다 trong lành	맑	다						

계절, 날씨 [Mùa, thời tiết]

월 일

■ 다음을 쓰는 순서에 맞게 따라 쓰세요.
(Hãy viết các từ sau theo đúng thứ tự nét chữ.)

흐리다 âm u	흐	리	다					
바람이 분다 gió thổi	바	람	이		분	다		
비가 온다 mưa	비	가		온	다			
비가 그친다 tạnh mưa	비	가		그	친	다		
눈이 온다 tuyết rơi	눈	이		온	다			

계절, 날씨 [Mùa, thời tiết]

월 일

■ 다음을 쓰는 순서에 맞게 따라 쓰세요.
(Hãy viết các từ sau theo đúng thứ tự nét chữ.)

구름이 낀다 có mây	구	름	이		낀	다		
덥다 nóng	덥	다						
춥다 lạnh	춥	다						
따뜻하다 ấm áp	따	뜻	하	다				
시원하다 mát mẻ	시	원	하	다				

집 안의 사물 [Đồ vật trong nhà]

월 일

■ 다음을 쓰는 순서에 맞게 따라 쓰세요.
(Hãy viết các từ sau theo đúng thứ tự nét chữ.)

소파 ghế sofa

소	파						

욕조 bồn tắm

욕	조						

거울 gương

거	울						

샤워기 vòi hoa sen

샤	워	기					

변기 bồn cầu

변	기						

집 안의 사물 [Đồ vật trong nhà]

월 일

■ 다음을 쓰는 순서에 맞게 따라 쓰세요.
(Hãy viết các từ sau theo đúng thứ tự nét chữ.)

싱크대 bồn rửa

부엌 nhà bếp

거실 phòng khách

안방
phòng ngủ chính

옷장 tủ quần áo

싱	크	대					
부	엌						
거	실						
안	방						
옷	장						

집 안의 사물 [Đồ vật trong nhà]

월 일

■ 다음을 쓰는 순서에 맞게 따라 쓰세요.
(Hãy viết các từ sau theo đúng thứ tự nét chữ.)

화장대 bàn trang điểm	화	장	대					
식탁 bàn ăn	식	탁						
책장 kệ sách	책	장						
작은방 phòng nhỏ	작	은	방					
침대 giường	침	대						

11 가족 명칭 [Xưng hô trong gia đình]

월 일

■ 다음을 쓰는 순서에 맞게 따라 쓰세요.
(Hãy viết các từ sau theo đúng thứ tự nét chữ.)

할머니 bà

할	머	니					

할아버지 ông

할	아	버	지				

아버지 bố

아	버	지					

어머니 mẹ

어	머	니					

오빠
anh (con gái gọi)

오	빠						

가족 명칭 [Xưng hô trong gia đình]

월 일

■ 다음을 쓰는 순서에 맞게 따라 쓰세요.
(Hãy viết các từ sau theo đúng thứ tự nét chữ.)

형
anh (con trai gọi)

형							

나 tôi

나							

남동생 em trai

남	동	생					

여동생 em gái

여	동	생					

언니
chị (con gái gọi)

언	니						

가족 명칭 [Xưng hô trong gia đình]

월 일

■ 다음을 쓰는 순서에 맞게 따라 쓰세요.
(Hãy viết các từ sau theo đúng thứ tự nét chữ.)

누나 chị (con trai gọi)	누	나						
삼촌 chú	삼	촌						
고모 cô	고	모						
이모 dì	이	모						
이모부 dượng	이	모	부					

학용품 [Đồ dùng học tập]

월 일

■ 다음을 쓰는 순서에 맞게 따라 쓰세요.
(Hãy viết các từ sau theo đúng thứ tự nét chữ.)

공책 tập vở	공	책						
스케치북 vở vẽ	스	케	치	북				
색연필 bút chì màu	색	연	필					
가위 kéo	가	위						
풀 keo dán	풀							

12 학용품 [Đồ dùng học tập]

월 일

■ 다음을 쓰는 순서에 맞게 따라 쓰세요.
(Hãy viết các từ sau theo đúng thứ tự nét chữ.)

일기장 nhật ký	일	기	장					
연필 bút chì	연	필						
칼 dao	칼							
물감 màu nước	물	감						
자 thước kẻ	자							

학용품 [Đồ dùng học tập]

월 일

■ 다음을 쓰는 순서에 맞게 따라 쓰세요.
(Hãy viết các từ sau theo đúng thứ tự nét chữ.)

색종이 giấy màu	색	종	이					
사인펜 bút lông màu	사	인	펜					
크레파스 bút màu sáp	크	레	파	스				
붓 cọ vẽ	붓							
지우개 gôm tẩy	지	우	개					

꽃 [Hoa]

월 일

■ 다음을 쓰는 순서에 맞게 따라 쓰세요.
(Hãy viết các từ sau theo đúng thứ tự nét chữ.)

장미 hoa hồng	장	미						
진달래 hoa đỗ quyên	진	달	래					
민들레 bồ công anh	민	들	레					
나팔꽃 hoa loa kèn	나	팔	꽃					
맨드라미 hoa mào gà	맨	드	라	미				

꽃 [Hoa]

월 일

■ 다음을 쓰는 순서에 맞게 따라 쓰세요.
(Hãy viết các từ sau theo đúng thứ tự nét chữ.)

개나리 hoa genari	개	나	리					
벚꽃 hoa anh đào	벚	꽃						
채송화 hoa mười giờ	채	송	화					
국화 hoa cúc	국	화						
무궁화 hoa dâm bụt kép	무	궁	화					

꽃 [Hoa]

월 일

■ 다음을 쓰는 순서에 맞게 따라 쓰세요.
(Hãy viết các từ sau theo đúng thứ tự nét chữ.)

튤립 hoa tulip	튤	립						
봉숭아 hoa phượng tiên	봉	숭	아					
해바라기 hoa hướng dương	해	바	라	기				
카네이션 hoa cẩm chướng	카	네	이	션				
코스모스 hoa cánh bướm	코	스	모	스				

14

나라 이름 [Quốc gia]

월 일

■ 다음을 쓰는 순서에 맞게 따라 쓰세요.
(Hãy viết các từ sau theo đúng thứ tự nét chữ.)

한국 Hàn Quốc	한	국						
필리핀 Philippines	필	리	핀					
일본 Nhật Bản	일	본						
캄보디아 Campuchia	캄	보	디	아				
아프가니스탄 Afghanistan	아	프	가	니	스	탄		

나라 이름 [Quốc gia]

월 일

■ 다음을 쓰는 순서에 맞게 따라 쓰세요.
(Hãy viết các từ sau theo đúng thứ tự nét chữ.)

중국 Trung Quốc	중	국						
태국 Thái Lan	태	국						
베트남 Việt Nam	베	트	남					
인도 Ấn Độ	인	도						
영국 Anh	영	국						

나라 이름 [Quốc gia]

월 일

■ 다음을 쓰는 순서에 맞게 따라 쓰세요.
(Hãy viết các từ sau theo đúng thứ tự nét chữ.)

미국 Mỹ	미	국						
몽골 Mông Cổ	몽	골						
우즈베키스탄 Uzbekistan	우	즈	베	키	스	탄		
러시아 Nga	러	시	아					
캐나다 Canada	캐	나	다					

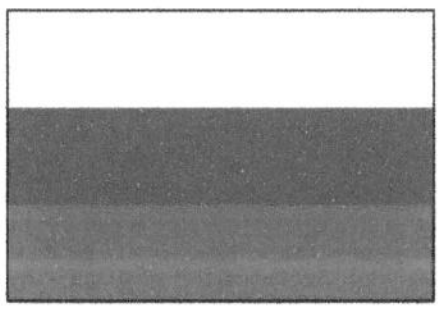

15

악기 [Nhạc cụ]

월 일

■ 다음을 쓰는 순서에 맞게 따라 쓰세요.
(Hãy viết các từ sau theo đúng thứ tự nét chữ.)

기타 đàn ghita

북 trống

트라이앵글
kẻng tam giác

하모니카
kèn harmonica

징 chiêng

기	타						
북							
트	라	이	앵	글			
하	모	니	카				
징							

15 악기 [Nhạc cụ]

월 일

■ 다음을 쓰는 순서에 맞게 따라 쓰세요.
(Hãy viết các từ sau theo đúng thứ tự nét chữ.)

피아노 piano	피	아	노					
탬버린 trống lục lạc	탬	버	린					
나팔 kèn	나	팔						
장구 janggu	장	구						
소고 sogo	소	고						

악기 [Nhạc cụ]

월 일

■ 다음을 쓰는 순서에 맞게 따라 쓰세요.
(Hãy viết các từ sau theo đúng thứ tự nét chữ.)

피리 sáo	피	리						
실로폰 đàn gõ xylophone	실	로	폰					
바이올린 vĩ cầm	바	이	올	린				
꽹과리 phèng Kkwaenggwari	꽹	과	리					
가야금 đàn tranh gayageum	가	야	금					

옷 [Quần áo]

월 일

■ 다음을 쓰는 순서에 맞게 따라 쓰세요.
(Hãy viết các từ sau theo đúng thứ tự nét chữ.)

티셔츠 áo thun	티	셔	츠					
바지 quần dài	바	지						
점퍼 áo khoác	점	퍼						
정장 com lê	정	장						
와이셔츠 áo sơ mi	와	이	셔	츠				

옷 [Quần áo]

월 일

■ 다음을 쓰는 순서에 맞게 따라 쓰세요.
(Hãy viết các từ sau theo đúng thứ tự nét chữ.)

반바지 quần short	반	바	지					
코트 áo khoác dạ	코	트						
교복 đồng phục học sinh	교	복						
블라우스 áo sơ mi nữ	블	라	우	스				
청바지 quần jeans	청	바	지					

16

옷 [Quần áo]

월 일

■ 다음을 쓰는 순서에 맞게 따라 쓰세요.
(Hãy viết các từ sau theo đúng thứ tự nét chữ.)

양복 âu phục	양	복						
작업복 quần áo bảo hộ	작	업	복					
스웨터 áo len	스	웨	터					
치마 váy	치	마						
한복 hanbok	한	복						

색깔 [Màu sắc]

월 일

■ 다음을 쓰는 순서에 맞게 따라 쓰세요.
(Hãy viết các từ sau theo đúng thứ tự nét chữ.)

빨간색 đỏ	빨	간	색					
주황색 cam	주	황	색					
초록색 xanh lá cây	초	록	색					
노란색 vàng	노	란	색					
파란색 xanh dương	파	란	색					

색깔 [Màu sắc]

월 일

■ 다음을 쓰는 순서에 맞게 따라 쓰세요.
(Hãy viết các từ sau theo đúng thứ tự nét chữ.)

보라색 tím	보	라	색					
분홍색 hồng	분	홍	색					
하늘색 xanh da trời	하	늘	색					
갈색 nâu	갈	색						
검은색 đen	검	은	색					

취미 [Sở thích]

월 일

■ 다음을 쓰는 순서에 맞게 따라 쓰세요.
(Hãy viết các từ sau theo đúng thứ tự nét chữ.)

요리 nấu ăn

요	리						

노래 ca hát

노	래						

등산 leo núi

등	산						

영화감상
xem phim

영	화	감	상				

낚시 câu cá

낚	시						

취미 [Sở thích]

월 일

■ 다음을 쓰는 순서에 맞게 따라 쓰세요.
(Hãy viết các từ sau theo đúng thứ tự nét chữ.)

음악감상 nghe nhạc	음	악	감	상				
게임 chơi game	게	임						
드라이브 lái xe	드	라	이	브				
여행 du lịch	여	행						
독서 đọc sách	독	서						

취미 [Sở thích]

월 일

■ 다음을 쓰는 순서에 맞게 따라 쓰세요.
(Hãy viết các từ sau theo đúng thứ tự nét chữ.)

쇼핑 mua sắm	쇼	핑						
운동 tập thể dục	운	동						
수영 bơi lội	수	영						
사진촬영 chụp ảnh	사	진	촬	영				
악기연주 chơi nhạc cụ	악	기	연	주				

19 운동 [Thể thao]

월 일

■ 다음을 쓰는 순서에 맞게 따라 쓰세요.
(Hãy viết các từ sau theo đúng thứ tự nét chữ.)

야구 bóng chày	야	구						
배구 bóng chuyền	배	구						
축구 bóng đá	축	구						
탁구 bóng bàn	탁	구						
농구 bóng rổ	농	구						

운동 [Thể thao]

월 일

■ 다음을 쓰는 순서에 맞게 따라 쓰세요.
(Hãy viết các từ sau theo đúng thứ tự nét chữ.)

골프 golf	골	프						
스키 trượt tuyết	스	키						
수영 bơi lội	수	영						
권투 đấm bốc	권	투						
씨름 đấu vật	씨	름						

운동 [Thể thao]

월 일

■ 다음을 쓰는 순서에 맞게 따라 쓰세요.
(Hãy viết các từ sau theo đúng thứ tự nét chữ.)

테니스 quần vợt	테	니	스					
레슬링 đấu vật	레	슬	링					
태권도 taekwondo	태	권	도					
배드민턴 cầu lông	배	드	민	턴				
스케이트 trượt băng	스	케	이	트				

20 움직임 말(1)

[Hoạt động (1)]

월 일

■ 다음을 쓰는 순서에 맞게 따라 쓰세요.
(Hãy viết các từ sau theo đúng thứ tự nét chữ.)

가다 đi	가	다						
오다 đến	오	다						
먹다 ăn	먹	다						
사다 mua	사	다						
읽다 đọc	읽	다						

20 움직임 말(1)

[Hoạt động (1)]

월 일

■ 다음을 쓰는 순서에 맞게 따라 쓰세요.
(Hãy viết các từ sau theo đúng thứ tự nét chữ.)

씻	다						

씻다 rửa

자	다						

자다 ngủ

보	다						

보다 xem

일	하	다					

일하다 làm việc

만	나	다					

만나다 gặp gỡ

움직임 말(1)

[Hoạt động (1)]

월 일

■ 다음을 쓰는 순서에 맞게 따라 쓰세요.
(Hãy viết các từ sau theo đúng thứ tự nét chữ.)

마	시	다					
빨	래	하	다				
청	소	하	다				
요	리	하	다				
공	부	하	다				

마시다 uống

빨래하다 giặt giũ

청소하다 dọn dẹp

요리하다 nấu ăn

공부하다 học bài

21 움직임 말(2)

[Hoạt động (2)]

월 일

■ 다음을 쓰는 순서에 맞게 따라 쓰세요.
(Hãy viết các từ sau theo đúng thứ tự nét chữ.)

공을 차다 đá bóng	공	을		차	다			
이를 닦다 đánh răng	이	를		닦	다			
목욕을 하다 tắm	목	욕	을		하	다		
세수를 하다 rửa mặt	세	수	를		하	다		
등산을 하다 leo núi	등	산	을		하	다		

21 움직임 말(2)

[Hoạt động (2)]

월 일

■ 다음을 쓰는 순서에 맞게 따라 쓰세요.
(Hãy viết các từ sau theo đúng thứ tự nét chữ.)

머리를 감다 gội đầu	머	리	를		감	다		
영화를 보다 xem phim	영	화	를		보	다		
공원에 가다 đi công viên	공	원	에		가	다		
여행을 하다 đi du lịch	여	행	을		하	다		
산책을 하다 đi dạo	산	책	을		하	다		

21 움직임 말(2)

[Hoạt động (2)]

월 일

■ 다음을 쓰는 순서에 맞게 따라 쓰세요.
(Hãy viết các từ sau theo đúng thứ tự nét chữ.)

수영을 하다 bơi lội

수	영	을		하	다		

쇼핑을 하다
mua sắm

쇼	핑	을		하	다		

사진을 찍다
chụp ảnh

사	진	을		찍	다		

샤워를 하다
tắm vòi hoa sen

샤	워	를		하	다		

이야기를 하다
trò chuyện

이	야	기	를		하	다	

22 움직임 말(3)

[Hoạt động (3)]

월 일

■ 다음을 쓰는 순서에 맞게 따라 쓰세요.
(Hãy viết các từ sau theo đúng thứ tự nét chữ.)

놀다 chơi	놀	다						
자다 ngủ	자	다						
쉬다 nghỉ ngơi	쉬	다						
쓰다 viết	쓰	다						
듣다 nghe	듣	다						

22 움직임 말(3)

[Hoạt động (3)]

월 일

■ 다음을 쓰는 순서에 맞게 따라 쓰세요.
(Hãy viết các từ sau theo đúng thứ tự nét chữ.)

닫다 đóng	닫	다						
켜다 bật	켜	다						
서다 đứng	서	다						
앉다 ngồi	앉	다						
끄다 tắt	끄	다						

움직임 말(3)

[Hoạt động (3)]

월 일

■ 다음을 쓰는 순서에 맞게 따라 쓰세요.
(Hãy viết các từ sau theo đúng thứ tự nét chữ.)

열다 mở	열	다						
나오다 đi ra	나	오	다					
배우다 học	배	우	다					
들어가다 đi vào	들	어	가	다				
가르치다 dạy học	가	르	치	다				

22 움직임 말(3)

[Hoạt động (3)]

월 일

■ 다음을 쓰는 순서에 맞게 따라 쓰세요.
(Hãy viết các từ sau theo đúng thứ tự nét chữ.)

부르다 gọi	부	르	다					
달리다 chạy	달	리	다					
기다 bò trườn	기	다						
날다 bay	날	다						
긁다 gãi	긁	다						

22 움직임 말(3)

[Hoạt động (3)]

월 일

■ 다음을 쓰는 순서에 맞게 따라 쓰세요.
(Hãy viết các từ sau theo đúng thứ tự nét chữ.)

찍다 chụp (ảnh)	찍	다						
벌리다 bóc tách	벌	리	다					
키우다 nuôi dưỡng	키	우	다					
갈다 thay	갈	다						
닦다 lau chùi	닦	다						

23 세는 말(단위)

[Đếm (đơn vị)]

월 일

■ 다음을 쓰는 순서에 맞게 따라 쓰세요.
(Hãy viết các từ sau theo đúng thứ tự nét chữ.)

개 cái	개							
대 chiếc (xe)	대							
척 chiếc (thuyền)	척							
송이 chùm	송	이						
그루 cây	그	루						

23 세는 말(단위)

[Đếm (đơn vị)]

월 일

■ 다음을 쓰는 순서에 맞게 따라 쓰세요.
(Hãy viết các từ sau theo đúng thứ tự nét chữ.)

상자 hộp	상	자						
봉지 túi	봉	지						
장 tờ	장							
병 chai	병							
자루 cây (bút)	자	루						

23 세는 말(단위)

[Đếm (đơn vị)]

월 일

■ 다음을 쓰는 순서에 맞게 따라 쓰세요.
(Hãy viết các từ sau theo đúng thứ tự nét chữ.)

벌 bộ	벌							
켤레 đôi	켤	레						
권 quyển	권							
마리 con	마	리						
잔 ly	잔							

세는 말(단위)

[Đếm (đơn vị)]

월 일

■ 다음을 쓰는 순서에 맞게 따라 쓰세요.
(Hãy viết các từ sau theo đúng thứ tự nét chữ.)

채 căn (nhà)	채							
명 người	명							
통 lon	통							
가마 bao tải	가	마						
첩 gói	첩							

꾸미는 말(1)

[Từ điển tả (1)]

월 일

■ 다음을 쓰는 순서에 맞게 따라 쓰세요.
(Hãy viết các từ sau theo đúng thứ tự nét chữ.)

많	다						
적	다						
크	다						
작	다						
비	싸	다					

많다 nhiều

적다 ít

크다 to

작다 nhỏ

비싸다 đắt

꾸미는 말(1)

[Từ diễn tả (1)]

월 일

■ 다음을 쓰는 순서에 맞게 따라 쓰세요.
(Hãy viết các từ sau theo đúng thứ tự nét chữ.)

싸다 rẻ	싸	다						
길다 dài	길	다						
짧다 ngắn	짧	다						
빠르다 nhanh	빠	르	다					
느리다 chậm	느	리	다					

24 꾸미는 말(1)

[Từ diễn tả (1)]

월 일

■ 다음을 쓰는 순서에 맞게 따라 쓰세요.
(Hãy viết các từ sau theo đúng thứ tự nét chữ.)

굵다 dày	굵	다						
가늘다 mỏng	가	늘	다					
밝다 sáng	밝	다						
어둡다 tối	어	둡	다					
좋다 tốt	좋	다						

25 꾸미는 말(2)

[Từ diễn tả (2)]

월 일

■ 다음을 쓰는 순서에 맞게 따라 쓰세요.
(Hãy viết các từ sau theo đúng thứ tự nét chữ.)

맵다 cay	맵	다						
시다 chua	시	다						
가볍다 nhẹ	가	볍	다					
좁다 hẹp	좁	다						
따뜻하다 ấm áp	따	뜻	하	다				

꾸미는 말(2)

[Từ diễn tả (2)]

월 일

■ 다음을 쓰는 순서에 맞게 따라 쓰세요.
(Hãy viết các từ sau theo đúng thứ tự nét chữ.)

짜다 mặn	짜	다						
쓰다 đắng	쓰	다						
무겁다 nặng	무	겁	다					
깊다 sâu	깊	다						
차갑다 lạnh	차	갑	다					

꾸미는 말(2)

[Từ diễn tả (2)]

월 일

■ 다음을 쓰는 순서에 맞게 따라 쓰세요.
(Hãy viết các từ sau theo đúng thứ tự nét chữ.)

달다 ngọt	달	다						
싱겁다 nhạt	싱	겁	다					
넓다 rộng	넓	다						
얕다 nông	얕	다						
귀엽다 dễ thương	귀	엽	다					

26 기분을 나타내는 말

[Từ diễn tả tâm trạng]

월 일

■ 다음을 쓰는 순서에 맞게 따라 쓰세요.
(Hãy viết các từ sau theo đúng thứ tự nét chữ.)

기쁘다 vui	기	쁘	다					
슬프다 buồn	슬	프	다					
 화나다 giận dữ	화	나	다					
 놀라다 ngạc nhiên	놀	라	다					
 곤란하다 bối rối	곤	란	하	다				

26 기분을 나타내는 말

[Từ diễn tả tâm trạng]

월 일

■ 다음을 쓰는 순서에 맞게 따라 쓰세요.
(Hãy viết các từ sau theo đúng thứ tự nét chữ.)

궁금하다 tò mò	궁	금	하	다				
지루하다 buồn chán	지	루	하	다				
부끄럽다 xấu hổ	부	끄	럽	다				
피곤하다 mệt mỏi	피	곤	하	다				
신나다 phấn khích	신	나	다					

27 높임말 [Kính ngữ]

월 일

■ 다음을 쓰는 순서에 맞게 따라 쓰세요.
(Hãy viết các từ sau theo đúng thứ tự nét chữ.)

집 nhà → **댁** nhà	집							
	댁							
밥 cơm → **진지** bữa ăn	밥							
	진	지						
병 bệnh → **병환** bệnh	병							
	병	환						
말 lời nói → **말씀** lời nói	말							
	말	씀						
나이 tuổi → **연세** tuổi thọ	나	이						
	연	세						

27 높임말 [Kính ngữ]

월 일

■ 다음을 쓰는 순서에 맞게 따라 쓰세요.
(Hãy viết các từ sau theo đúng thứ tự nét chữ.)

생	일						
생	신						
있	다						
계	시	다					
먹	다						
드	시	다					
자	다						
주	무	시	다				
주	다						
드	리	다					

생일 sinh nhật → **생신** mừng thọ

있다 ở → **계시다** ở

먹다 ăn → **드시다** dùng bữa

자다 ngủ → **주무시다** ngủ

주다 cho → **드리다** biếu

28 소리가 같은 말(1)

[Từ đồng âm khác nghĩa (1)]

월 일

■ 다음을 쓰는 순서에 맞게 따라 쓰세요.
(Hãy viết các từ sau theo đúng thứ tự nét chữ.)

눈 mắt (단음) **눈** tuyết (장음)

발 bàn chân (단음) **발** rèm che (장음)

밤 tối (단음) **밤** hạt dẻ (장음)

차 xe (단음) **차** trà (단음)

비 mưa (단음) **비** chổi (단음)

눈					
발					
밤					
차					
비					

28 소리가 같은 말(1)

[Từ đồng âm khác nghĩa (1)]

월 일

■ 다음을 쓰는 순서에 맞게 따라 쓰세요.
(Hãy viết các từ sau theo đúng thứ tự nét chữ.)

말 con ngựa (단음)  말 lời nói (장음)

벌 phạm tội (단음)  벌 con ong (장음)

상 bàn (단음)  상 giải thưởng (단음)

굴 con hàu (단음)  굴 hang động (장음)

배 tàu thuyền (단음) 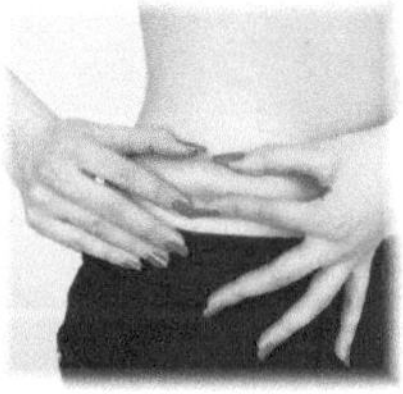 배 bụng (단음)

말					
벌					
상					
굴					
배					

28 소리가 같은 말(1)

[Từ đồng âm khác nghĩa (1)]

월 일

■ 다음을 쓰는 순서에 맞게 따라 쓰세요.
(Hãy viết các từ sau theo đúng thứ tự nét chữ.)

다리 cầu (단음) 다리 chân (단음)

새끼 nhóc con (단음) 새끼 dây thừng (단음)

돌 đá (장음) 돌 đầy năm (단음)

병 bệnh (장음) 병 chai (단음)

바람 gió (단음) 바람 hy vọng (단음)

다	리				
새	끼				
돌					
병					
바	람				

소리가 같은 말(2)

[Từ đồng âm khác nghĩa (2)]

월 일

■ 다음을 쓰는 순서에 맞게 따라 쓰세요.
(Hãy viết các từ sau theo đúng thứ tự nét chữ.)

깨다 tỉnh giấc (장음) **깨다** vỡ (단음)

묻다 chôn lấp (단음) **묻다** hỏi (장음)

싸다 rẻ (단음) **싸다** đi tiểu (단음)

세다 đếm (장음) **세다** mạnh mẽ (장음)

차다 đá (단음) **차다** đầy (단음)

깨	다				
묻	다				
싸	다				
세	다				
차	다				

29

소리가 같은 말(2)

[Từ đồng âm khác nghĩa (2)]

월 일

■ 다음을 쓰는 순서에 맞게 따라 쓰세요.
(Hãy viết các từ sau theo đúng thứ tự nét chữ.)

RIGHT

맞다 đúng (단음)

맞다 bị (đánh) trúng (단음)

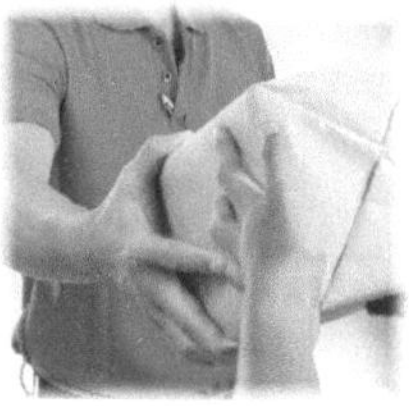

맡다 đảm nhận (단음)

맡다 ngửi (단음)

쓰다 viết (단음)

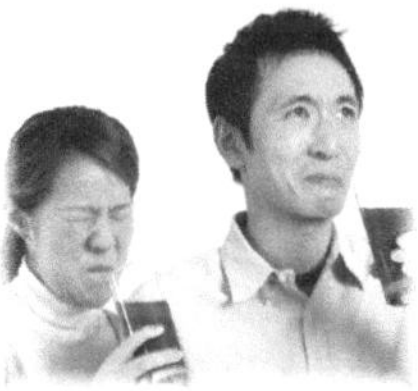

쓰다 đắng (단음)

맞	다				
맡	다				
쓰	다				

30 소리를 흉내 내는 말

[Từ tượng thanh]

월 일

■ 다음을 쓰는 순서에 맞게 따라 쓰세요.
(Hãy viết các từ sau theo đúng thứ tự nét chữ.)

어흥	어	흥						
꿀꿀	꿀	꿀						
야옹	야	옹						
꼬꼬댁	꼬	꼬	댁					
꽥꽥	꽥	꽥						

소리를 흉내 내는 말

[Từ tượng thanh]

월 일

■ 다음을 쓰는 순서에 맞게 따라 쓰세요.
(Hãy viết các từ sau theo đúng thứ tự nét chữ.)

붕	붕							
매앰	매	앰						
부르릉	부	르	릉					
딩동	딩	동						
빠빠	빠	빠						

부록 Phụ lục

■ 안녕하세요! K-한글(www.k-hangul.kr)입니다.

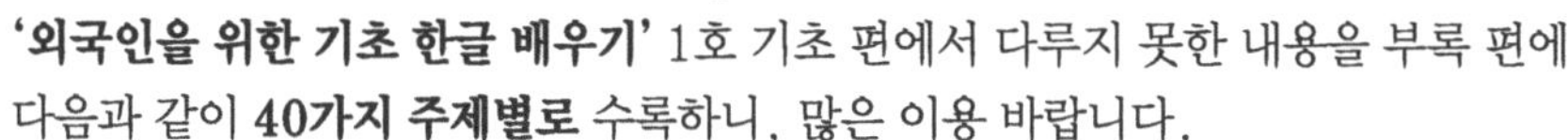

'외국인을 위한 기초 한글 배우기' 1호 기초 편에서 다루지 못한 내용을 부록 편에 다음과 같이 **40가지 주제별로** 수록하니, 많은 이용 바랍니다.

번호	주제	번호	주제	번호	주제
1	**숫자**(50개) Number(s)	16	**인칭 대명사**(14개) Personal pronouns	31	**물건 사기**(30개) Buying Goods
2	**연도**(15개) Year(s)	17	**지시 대명사**(10개) Demonstrative pronouns	32	**전화하기**(21개) Making a phone call
3	**월**(12개) Month(s)	18	**의문 대명사**(10개) Interrogative pronouns	33	**인터넷**(20개) Words related to the Internet
4	**일**(31개) Day(s)	19	**가족**(24개) Words related to Family	34	**건강**(35개) Words related to health
5	**요일**(10개) Day of a week	20	**국적**(20개) Countries	35	**학교**(51개) Words related to school
6	**년**(20개) Year(s)	21	**인사**(5개) Phrases related to greetings	36	**취미**(28개) Words related to hobby
7	**개월**(12개) Month(s)	22	**작별**(5개) Phrases related to bidding farewell	37	**여행**(35개) Travel
8	**일(간), 주일(간)**(16개) Counting Days	23	**감사**(3개) Phrases related to expressing gratitude	38	**날씨**(27개) Weather
9	**시**(20개) Units of Time(hours)	24	**사과**(7개) Phrases related to making an apology	39	**은행**(25개) Words related to bank
10	**분**(16개) Units of Time(minutes)	25	**요구, 부탁**(5개) Phrases related to asking a favor	40	**우체국**(14개) Words related to post office
11	**시간**(10개) Hour(s)	26	**명령, 지시**(5개) Phrases related to giving instructions		
12	**시간사**(25개) Words related to Time	27	**칭찬, 감탄**(7개) Phrases related to compliment and admiration		
13	**계절**(4개) seasons	28	**환영, 축하, 기원**(10개) Phrases related to welcoming, congratulating and blessing		
14	**방위사**(14개) Words related to directions	29	**식당**(30개) Words related to Restaurant		
15	**양사**(25개) quantifier	30	**교통**(42개) Words related to transportation		

MP3	주제	단어
	1. 숫자	1, 2, 3, 4, 5, / 6, 7, 8, 9, 10, / 11, 12, 13, 14, 15, / 16, 17, 18, 19, 20, / 21, 22, 23, 24, 25, / 26, 27, 28, 29, 30, / 31, 40, 50, 60, 70, / 80, 90, 100, 101, 102, / 110, 120, 130, 150, 천, / 만, 십만, 백만, 천만, 억
	2. 연도	1999년, 2000년, 2005년, 2010년, 2015년, / 2020년, 2023년, 2024년, 2025년, 2026년, / 2030년, 2035년, 2040년, 2045년, 2050년
	3. 월	1월, 2월, 3월, 4월, 5월, / 6월, 7월, 8월, 9월, 10월, / 11월, 12월
	4. 일	1일, 2일, 3일, 4일, 5일, / 6일, 7일, 8일, 9일, 10일, / 11일, 12일, 13일, 14일, 15일, / 16일, 17일, 18일, 19일, 20일, / 21일, 22일, 23일, 24일, 25일, / 26일, 27일, 28일, 29일, 30일, / 31일
	5. 요일	월요일, 화요일, 수요일, 목요일, 금요일, / 토요일, 일요일, 공휴일, 식목일, 현충일
	6. 년	1년, 2년, 3년, 4년, 5년, / 6년, 7년, 8년, 9년, 10년, / 15년, 20년, 30년, 40년, 50년, / 100년, 200년, 500년, 1000년, 2000년
	7. 개월	1개월(한 달), 2개월(두 달), 3개월(석 달), 4개월(네 달), 5개월(다섯 달), / 6개월(여섯 달), 7개월(일곱 달), 8개월(여덟 달), 9개월(아홉 달), 10개월(열 달), / 11개월(열한 달), 12개월(열두 달)
	8. 일(간), 주일(간)	하루(1일), 이틀(2일), 사흘(3일), 나흘(4일), 닷새(5일), / 엿새(6일), 이레(7일), 여드레(8일), 아흐레(9일), 열흘(10일), / 10일(간), 20일(간), 30일(간), 100일(간), 일주일(간), / 이 주일(간)
	9. 시	1시, 2시, 3시, 4시, 5시, / 6시, 7시, 8시, 9시, 10시, / 11시, 12시, 13시(오후 1시), 14시(오후 2시), 15시(오후 3시), / 18시(오후 6시), 20시(오후 8시), 22시(오후 10시), 24시(오후 12시)
	10. 분	1분, 2분, 3분, 4분, 5분, / 10분, 15분, 20분, 25분, 30분(반 시간), / 35분, 40분, 45분, 50분, 55분, / 60분(1시간)

MP3	주제	단어
	11. 시간	반 시간(30분), 1시간, 1시간 반(1시간 30분), 2시간, 3시간, / 4시간, 5시간, 10시간, 12시간, 24시간
	12.시간사	오전, 정오, 오후, 아침, 점심, / 저녁, 지난주, 이번 주, 다음 주, 지난달, / 이번 달, 다음날, 재작년, 작년, 올해, / 내년, 내후년, 그저께(이틀 전날), 엊그제(바로 며칠 전), 어제(오늘의 하루 전날), / 오늘, 내일(1일 후), 모레(2일 후), 글피(3일 후), 그글피(4일 후)
	13. 계절	봄(春), 여름(夏), 가을(秋), 겨울(冬)
	14.방위사	동쪽, 서쪽, 남쪽, 북쪽, 앞쪽, / 뒤쪽, 위쪽, 아래쪽, 안쪽, 바깥쪽, / 오른쪽, 왼쪽, 옆, 중간
	15. 양사	개(사용 범위가 가장 넓은 개체 양사), 장(평면이 있는 사물), 척(배를 세는 단위), 마리(날짐승이나 길짐승), 자루, / 다발(손에 쥘 수 있는 물건), 권(서적 류), 개(물건을 세는 단위), 갈래, 줄기(가늘고 긴 모양의 사물이나 굽은 사물), / 건(사건), 벌(의복), 쌍, 짝, 켤레, / 병, 조각(덩어리, 모양의 물건), 원(화폐), 대(각종 차량), 대(기계, 설비 등), / 근(무게의 단위), 킬로그램(힘의 크기, 무게를 나타내는 단위), 번(일의 차례나 일의 횟수를 세는 단위), 차례(단순히 반복적으로 발생하는 동작), 식사(끼)
	16. 인칭 대명사	인칭 대명사 : 사람의 이름을 대신하여 나타내는 대명사. 나, 너, 저, 당신, 우리, / 저희, 여러분, 너희, 그, 그이, / 저분, 이분, 그녀, 그들
	17. 지시 대명사	지시 대명사 : 사물이나 장소의 이름을 대신하여 나타내는 대명사. 이것, 이곳, 저것, 저곳, 저기, / 그것(사물이나 대상을 가리킴), 여기, 무엇(사물의 이름), 거기(가까운 곳, 이미 이야기한 곳), 어디(장소의 이름)
	18. 의문 대명사	의문 대명사 : 물음의 대상을 나타내는 대명사. 누구(사람의 정체), 몇(수효), 어느(둘 이상의 것 가운데 대상이 되는 것), 어디(처소나 방향), 무엇(사물의 정체), / 언제, 얼마, 어떻게(어떤 방법, 방식, 모양, 형편, 이유), 어떤가?, 왜(무슨 까닭으로, 어떤 사실에 대하여 확인을 요구할 때)
	19. 가족	할아버지, 할머니, 아버지, 어머니, 남편, / 아내, 딸, 아들, 손녀, 손자, / 형제자매, 형, 오빠, 언니, 누나, / 여동생, 남동생, 이모, 이모부, 고모, / 고모부, 사촌, 삼촌, 숙모
	20. 국적	국가, 나라, 한국, 중국, 대만, / 일본, 미국, 영국, 캐나다, 인도네시아, / 독일, 러시아, 이탈리아, 프랑스, 인도, / 태국, 베트남, 캄보디아, 몽골, 라오스

MP3	주제	단어
	21. 인사	안녕하세요!, 안녕하셨어요?, 건강은 어떠세요?, 그에게 안부 전해주세요, 굿모닝!
	22. 작별	건강하세요, 행복하세요, 안녕(서로 만나거나 헤어질 때), 내일 보자, 다음에 보자.
	23. 감사	고마워, 감사합니다, 도와주셔서 감사드립니다.
	24. 사과	미안합니다, 괜찮아요!, 죄송합니다, 정말 죄송합니다, 모두 다 제 잘못입니다, / 오래 기다리셨습니다, 유감이네요.
	25. 요구, 부탁	잠시 기다리세요, 저 좀 도와주세요, 좀 빨리해 주세요, 문 좀 닫아주세요, 술 좀 적게 드세요.
	26. 명령, 지시	일어서라!, 들어오시게, 늦지 말아라, 수업 시간에는 말하지 마라, 금연입니다.
	27. 칭찬, 감탄	정말 잘됐다!, 정말 좋다, 정말 대단하다, 진짜 잘한다!, 정말 멋져!, / 솜씨가 보통이 아니네!, 영어를 잘하는군요. ※감탄사의 종류(감정이나 태도를 나타내는 단어) : 아하, 헉, 우와, 아이고, 아차, 앗, 어머, 저런, 여보, 야, 아니요, 네, 예, 그래, 얘 등
	28. 환영,축하, 기원	환영합니다!, 또 오세요, 생일 축하해!, 대입 합격 축하해!, 축하드려요, / 부자 되세요, 행운이 깃드시길 바랍니다, 만사형통하시길 바랍니다, 건강하세요, 새해 복 많이 받으세요!
	29. 식당	음식, 야채, 먹다, 식사 도구, 메뉴판, / 세트 요리, 종업원, 주문하다, 요리를 내오다, 중국요리, / 맛, 달다, 담백하다, 맵다, 새콤달콤하다, / 신선하다, 국, 탕, 냅킨, 컵, / 제일 잘하는 요리, 계산, 잔돈, 포장하다, 치우다, / 건배, 맥주, 술집, 와인, 술에 취하다.
	30. 교통	말씀 좀 묻겠습니다, 길을 묻다, 길을 잃다, 길을 건너가다, 지도, / 부근, 사거리, 갈아타다, 노선, 버스, / 몇 번 버스, 정거장, 줄을 서다, 승차하다, 승객, / 차비, 지하철, 환승하다, 1호선, 좌석, / 출구, 택시, 택시를 타다, 차가 막히다, 차를 세우다, / 우회전, 좌회전, 유턴하다, 기차, 기차표, / 일반 침대석, 일등 침대석, 비행기, 공항, 여권, / 주민등록증, 연착하다, 이륙, 비자, 항공사, / 안전벨트, 현지시간

MP3	주제	단어
	31. 물건 사기	손님, 서비스, 가격, 가격 흥정, 노점, / 돈을 내다, 물건, 바겐세일, 싸다, 비싸다, / 사이즈, 슈퍼마켓, 얼마예요?, 주세요, 적당하다, / 점원, 품질, 백화점, 상표, 유명 브랜드, / 선물, 영수증, 할인, 반품하다, 구매, / 사은품, 카드 결제하다, 유행, 탈의실, 계산대
	32. 전화하기	여보세요, 걸다, (다이얼을)누르다, OO 있나요?, 잘못 걸다, / 공중전화, 휴대전화 번호, 무료 전화, 국제전화, 국가번호, / 지역번호, 보내다, 문자 메시지, 시외전화, 전화받다, / 전화번호, 전화카드, 통화 중, 통화 요금, 휴대전화, / 스마트폰
	33. 인터넷	인터넷, 인터넷에 접속하다, 온라인게임, 와이파이, 전송하다, / 데이터, 동영상, 아이디, 비밀번호, 이메일, / 노트북, 검색하다, 웹사이트, 홈페이지 주소, 인터넷 쇼핑, / 업로드, 다운로드, pc방, 바이러스, 블로그
	34. 건강	병원, 의사, 간호사, 진찰하다, 수술, / 아프다, 환자, 입원, 퇴원, 기침하다, / 열나다, 체온, 설사가 나다, 콧물이 나다, 목이 아프다, / 염증을 일으키다, 건강, 금연하다, 약국, 처방전, / 비타민, 복용하다, 감기, 감기약, 마스크, / 비염, 고혈압, 골절, 두통, 알레르기, / 암, 전염병, 정신병, 혈액형, 주사 놓다
	35. 학교	초등학교, 중학교, 고등학교, 중·고등학교, 대학교, / 교실, 식당, 운동장, 기숙사, 도서관, / 교무실, 학생, 초등학생, 중학생, 고등학생, / 대학생, 유학생, 졸업생, 선생님, 교사, / 교장, 교수, 국어, 수학, 영어, / 과학, 음악, 미술, 체육, 입학하다, / 졸업하다, 학년, 전공, 공부하다, 수업을 시작하다, / 수업을 마치다, 출석을 부르다, 지각하다, 예습하다, 복습하다, / 숙제를 하다, 시험을 치다, 합격하다, 중간고사, 기말고사, / 여름방학, 겨울방학, 성적, 교과서, 칠판, / 분필
	36. 취미	축구 마니아, ㅇㅇ마니아, 여가 시간, 좋아하다, 독서, / 음악 감상, 영화 감상, 텔레비전 시청, 연극 관람, 우표 수집, / 등산, 바둑, 노래 부르기, 춤추기, 여행하기, / 게임하기, 요리, 운동, 야구(하다), 농구(하다), / 축구(하다), 볼링(치다), 배드민턴(치다), 탁구(치다), 스키(타다), / 수영(하다), 스케이팅, 태권도
	37. 여행	여행(하다), 유람(하다), 가이드, 투어, 여행사, / 관광명소, 관광특구, 명승지, 기념품, 무료, / 유료, 할인티켓, 고궁, 경복궁, 남산, / 한국민속촌, 호텔, 여관, 체크인, 체크아웃, / 빈 방, 보증금, 숙박비, 호실, 팁, / 싱글룸, 트윈룸, 스탠더드룸, 1박하다, 카드 키, / 로비, 룸서비스, 식당, 뷔페, 프런트 데스크
	38. 날씨	일기예보, 기온, 최고기온, 최저기온, 온도, / 영상, 영하, 덥다, 따뜻하다, 시원하다, / 춥다, 흐린 날씨, 맑은 날, 비가 오다, 눈이 내리다, / 건조하다, 습하다, 가랑비, 구름이 많이 끼다, 보슬비, / 천둥치다, 번개, 태풍, 폭우, 폭설, / 황사, 장마
	39. 은행	예금하다, 인출하다, 환전하다, 송금하다, 예금주, / 예금통장, 계좌, 계좌번호, 원금, 이자, / 잔여금액, 비밀번호, 현금카드, 현금 인출기, 수수료, / 현금, 한국 화폐, 미국 달러, 외국 화폐, 환율, / 환전소, 신용카드, 대출, 인터넷뱅킹, 폰뱅킹

MP3	주제	단어
	40. 우체국	**편지, 편지봉투, 소포, 부치다, 보내는 사람, / 받는 사람, 우편물, 우편번호, 우편요금, 우체통, / 우표, 주소, 항공우편, EMS**

'K-한글'의 세계화 www,k-hangul.kr

1. 영어로 한글배우기
Learning Korean in **English**

2. 베트남어로 한글배우기
Học tiếng Hàn bằng **tiếng Việt**

3. 몽골어로 한글배우기
Монгол хэл дээр солонгос цагаан толгой сурах

4. 일본어로 한글배우기
日本語でハングルを学ぼう

5. 스페인어로 한글배우기(유럽연합)
APRENDER COREANO EN ESPAÑOL

6. 프랑스어로 한글배우기
Apprendre le coréen en **français**

7. 러시아어로 한글배우기
Изучение хангыля **на русском языке**

8. 중국어로 한글배우기
用中文学习韩文

9. 독일어로 한글배우기
Koreanisch lernen auf **Deutsch**

'K-한글'의 세계화 www,k-hangul.kr

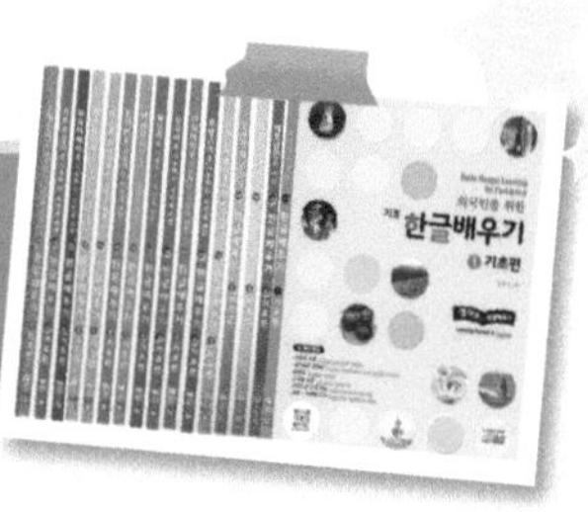

10. 태국어로 한글배우기
เรียนฮันกึลด้วยภาษาไทย

11. 힌디어로 한글배우기
हिंदी में हंगेउल सीखना

12. 아랍어로 한글배우기
تعلم اللغة الكورية بالعربية

13. 페르시아어로 한글배우기
یادگیری کره‌ای از طریق فارسی

14. 튀르키예어로 한글배우기
Hangıl'ı Türkçe Öğrenme

15. 포르투칼어로 한글배우기
Aprendendo Coreano em Português

16. 스페인어로 한글배우기(남미)
Aprendizaje de coreano en español

베트남인을 위한 기초 한글 배우기

한글배우기 ❶ 기초편

2024년 10월 9일 초판 1쇄 발행

발행인 | 배영순
저자 | 권용선(權容璿), Tác giả: Kwon Yong-sun
펴낸곳 | 홍익교육, Đơn vị phát hành: Hongik Education, Hàn Quốc
기획·편집 | 아이한글 연구소
출판등록 | 2010-10호
주소 | 경기도 광명시 광명동 747-19 리츠팰리스 비동 504호
전화 | 02-2060-4011
홈페이지 | www.k-hangul.kr
E-mail | kwonys15@naver.com
정가 | 14,000원
ISBN 979-11-88505-47-0 / 13710